കാണാപ്പുറങ്ങൾ

സിനിമയിലെ സ്ത്രീജീവിതങ്ങൾ

Kanappurangal
Cinemayile Sthreejeevithangal
Life

M Venukumar

CHINTHA PUBLISHERS
Thiruvananthapuram

First Edition
December 2024

Published & Typesetting
Chintha Publishers, Thiruvananthapuram

Printed at
Akshara Offset, Thiruvananthapuram

Cover Design
Vinod Mangoes

Cover Photos
M Venukumar

ISBN : 978-93-48009-82-1

CO - 3568 / 7253

₹ 180

Email: chinthapublishers@gmail.com
Website: www.chinthapublishers.com

A version is available at National Libraries
Kolkata, Mumbai, Chennai and Delhi

Distribution
DESHABHIMANI BOOKHOUSE
H O Thiruvananthapuram 695035

Branch
Head Office Kunnukuzhi • Statue Thiruvananthapuram
Saphalyam Complex Thiruvananthapuram
Machingal Lane Thrissur • IG Road Kozhikode
Mavoor Road Kozhikode • NGO Union Building Kannur
Central Bus Terminal Complex Thavakkara Kannur

കാണാപ്പുറങ്ങൾ

സിനിമയിലെ സ്ത്രീജീവിതങ്ങൾ

എം വേണുകുമാർ

ചിന്ത പബ്ലിഷേഴ്സ്
തിരുവനന്തപുരം-695 035
വില : ₹ 180

എം വേണുകുമാർ

പത്ര-മാധ്യമ പ്രവർത്തകൻ.
ഡോക്യുമെന്ററി സംവിധായകൻ.
ആനുകാലികങ്ങളിൽ ലേഖനങ്ങൾ, കഥകൾ എഴുതുന്നു. അമ്പതിലധികം ഡോക്യുമെന്ററി- പരസ്യചിത്രങ്ങൾ സംവിധാനം ചെയ്തു. മൂന്നുപ്രാവശ്യം ഡോക്യുമെന്ററിക്കുള്ള സംസ്ഥാന അവാർഡ്, ഫിലിം ക്രിട്ടിക്സ് അവാർഡ്, സംസ്ഥാന ബയോഡൈവേഴ്സിറ്റി മാധ്യമ അവാർഡ്, ഐ ഡി പി എ - ഒ എൻ ജി സി (ഇന്റർനാഷണൽ) അവാർഡ് എന്നിവ നേടി. നിരവധി വിദേശമേളകളിൽ ഡോക്യുമെന്ററി ചിത്രങ്ങൾ തെരഞ്ഞെടുത്തിട്ടുണ്ട്. രണ്ട് ഫീച്ചർ ചിത്രങ്ങൾക്കും *ഗൗരി* എന്ന സീരിയലിനും കഥയും തിരക്കഥയും എഴുതി. ശ്രീ. അടൂർ ഗോപാലകൃഷ്ണന്റെ സംവിധാനസഹായി ആയിരുന്നു. *മഷിപ്പച്ചയും കല്ലുപെൻസിലും* എന്ന ഫീച്ചർ ഫിലിം സംവിധാനം ചെയ്തു. അമൃത ടി വിക്കുവേണ്ടി *നക്ഷത്രങ്ങൾ ഇതുവഴിയേ*, *ഇന്നത്തെ താരം* തുടങ്ങിയ പരമ്പരകൾ ചെയ്തു. ഒപ്പം നിരവധി ജനപ്രിയ പ്രോഗ്രാമുകളും സംവിധാനം ചെയ്തിട്ടുണ്ട്. രണ്ട് തവണ സംസ്ഥാന ടി വി അവാർഡ് നിർണ്ണയ സമിതിയിലും, ഇന്റർനാഷണൽ ഡോക്യുമെന്ററി സെലക്ഷൻ കമ്മിറ്റിയിലും അംഗമായിട്ടുണ്ട്.
കൃതികൾ: *സിനിമാജീവിതങ്ങൾ, സ്വപ്നങ്ങൾ, സിനിമ ആരും പറയാത്ത ചിലതെല്ലാം...* (അനുഭവങ്ങൾ), *സിനിമയിലെ അടരുന്ന സന്ധ്യകൾ* (ഓർമ്മകൾ), *മായി* (നോവലൈറ്റ്), *തമ്പുരാൻകുന്നിലെ സിനിമാ ഷൂട്ടിംഗ്* (ബാലസാഹിത്യം), *പതിനാലാമത്തെ വിധവ* (കഥകൾ), *എന്താണ് ഡോക്യുമെന്ററി ഷോട്ട് ഫിലിം* (പഠനങ്ങൾ), *വെയിൽക്കണ്ണാടി* (നോവൽ).

വിലാസം : കാലടി, കരമന പി ഒ
തിരുവനന്തപുരം 695 002
മൊബൈൽ : 9447220868, 8075109669
E mail : venumkumar@gmail.com

ഉള്ളടക്കം

പ്രസാധകക്കുറിപ്പ്

കിനാവുകളിൽ പുരണ്ട കണ്ണീർക്കണങ്ങളാണ് പലപ്പോഴും സിനിമയ്ക്കുള്ളിൽ ജീവിതം തേടിയ സ്ത്രീജീവിതങ്ങൾക്കുള്ളത്. സിനിമയിൽ തിളങ്ങിനിന്നശേഷം എങ്ങോ പോയിമറഞ്ഞ എത്രയെത്ര അഭിനേത്രികൾ മലയാള സിനിമയിലുണ്ട്. അതുപോലെതന്നെ ചലച്ചിത്ര പിന്നണി ഗാനരംഗത്തും തിളങ്ങി നിൽക്കുകയും വിസ്മൃതിയിലാവുകയും ചെയ്തവരുണ്ട്. പലരും ഏതു ദേശത്തുനിന്നും എത്തിയെന്നോ എവിടെപ്പോയി മറഞ്ഞുവെന്നോ അധികംപേർക്കും അറിയില്ല. സിനിമയ്ക്കുള്ളിലും സിനിമയ്ക്കു പിന്നണിയിലും ജീവിച്ച കലാകാരികളുടെ ജീവിതത്തിലേക്കു തുറക്കുന്ന ജാലകങ്ങളാണ് *കാണാപ്പുറങ്ങൾ* എന്ന പുസ്തകം. മച്ചാട്ട് വാസന്തി, കനകദുർഗ, ഷെറിൻ പീറ്റേഴ്സ്, നിലമ്പൂർ ഐഷ, ടി പി രാധാമണി, സുരേഖ, പാലാ തങ്കം, കുശലകുമാരി, ഖദീജ, ശാന്താദേവി എന്നിവരുടെ കണ്ണീർ പുരണ്ട ജീവിതകഥ നിങ്ങളുടെയും കണ്ണുകളെ ഈറനണിയിക്കാതിരിക്കില്ല.

ചിന്ത പബ്ലിഷേഴ്സ്

ആമുഖം

കാണാതെ പോകരുത് ഈ ജീവിതങ്ങൾ

സിനിമയ്ക്കുവേണ്ടി ജീവിക്കുകയും അതിനുവേണ്ടി ജീവിതകാലം മുഴുവൻ കഷ്ടപ്പെടുകയും ചെയ്ത പതിനായിരങ്ങൾ ഒന്നുമാകാതെ എരിഞ്ഞടങ്ങിയ കഥകൾ, പഴയ കോടമ്പാക്കത്ത് ഇന്നും കേൾക്കാം. അവിടെ ജീവിച്ച കുറച്ചുപേരെങ്കിലും ജനിച്ചുവളർന്ന മണ്ണിൽത്തന്നെ മരിക്കണമെന്ന് ആഗ്രഹിച്ച് കേരളത്തിലെത്തി സിനിമാജീവിതം പടുത്തുയർത്തിയിട്ടുണ്ട്. പക്ഷേ, അതിൽ എത്രപേർക്ക് വിജയിക്കാനായി. എണ്ണം എടുക്കാൻ ഇന്നും കഴിഞ്ഞിട്ടില്ല.

സിനിമ ദൂരത്തുനിന്ന് നോക്കിക്കാണുമ്പോൾ വെള്ളിവെളിച്ചത്തിലെ മോഹനമായൊരു കാഴ്ച. നമ്മെ വിസ്മയിപ്പിക്കുകയും, ആശ്ചര്യപ്പെടുത്തുകയും ചെയ്ത വെള്ളിത്തിരയിലെ അഭിനേതാക്കളുടെ ജീവിതം എല്ലായ്പ്പോഴും സുഖസൗഭാഗ്യങ്ങളുടെ നടുവിലാണ് എന്നാണ് നമ്മുടെ ഒക്കെ കേൾവിയും ധാരണയും. ചുറ്റിനും തിങ്ങിക്കൂടുന്ന ആരാധകർ. വിളിപ്പുറത്ത് എന്തിനും ഏതിനും പരിചാരകർ, വിലകൂടിയ ഭക്ഷണം, പട്ടുമെത്തയിലെ സുഖനിദ്ര... കോടികളുടെ സമ്പാദ്യം. സമ്പന്നതയുടെ നടുവിലെ ഈ താരജീവിതം മോഹിച്ച് പണ്ട് ഒരുപാടുപേർ സിനിമയുടെ ഈറ്റില്ലമായ കോടമ്പാക്കത്തേക്ക് വണ്ടി കയറി. സിനിമയിൽ മാത്രമല്ല, ജീവിതത്തിലും ഒന്നുമാകാതെ ഒട്ടനവധിപേർ കെട്ടടങ്ങിപ്പോയി. തോറ്റുപോയവരുടെ ജീവിതം കേൾക്കാതെ സിനിമയിലേക്കുള്ള ഭാഗ്യാന്വേഷികളുടെ യാത്ര ഇപ്പോഴും തുടരുകയാണ്.

സിനിമയിൽ മൂന്നു പതിറ്റാണ്ടിനപ്പുറം നീണ്ട അനുഭവപരിചയമുണ്ടെനിക്ക്. മലയാളത്തിലെ ഏറ്റവും പ്രശസ്തമായ സിനിമാ പ്രസിദ്ധീകരണമായ *നാന*യ്ക്ക് വേണ്ടി ദീർഘകാലം പത്രപ്രവർത്തകന്റെ റോളിൽ പ്രവർത്തിച്ചിരുന്നു. പ്രഗത്ഭരും പ്രശസ്തരുമായ ഒരുപാട്

പേരുമായി വ്യക്തിബന്ധം ഉണ്ടാക്കാൻ ഭാഗ്യം ഉണ്ടായി. ഇവിടെ കൊടി പാറിച്ചവരെയും, ജീവിതം പാളിപ്പോയവരെയും അടുത്തുനിന്ന് കണ്ടു. സിനിമയുടെ വിജയങ്ങളിൽ, സന്തോഷങ്ങളിൽ പങ്കുചേർന്നതുപോലെ തന്നെ സങ്കടങ്ങൾ പറഞ്ഞുവന്ന മനുഷ്യരെയും കണ്ടു.

ദൃശ്യമാധ്യമരംഗത്ത് പ്രവർത്തിച്ചിരുന്ന കാലത്ത് പോയതലമുറയിലെ ശ്രദ്ധേയരും എന്നാൽ സിനിമയിൽ ഇപ്പോൾ സജീവമല്ലാത്തവരുമായ ചലച്ചിത്രപ്രവർത്തകരുടെ ജീവിതം ചിത്രീകരിക്കുന്ന പരമ്പരയ്ക്ക് വേണ്ടിയുള്ള യാത്രയിൽ കണ്ടുമുട്ടിയവരിൽ, ഞാനുമായി ദീർഘകാലപരിചയമുള്ള കുറച്ചുപേരെ (അവരിൽ പത്ത് പേർ സ്ത്രീജീവിതങ്ങൾ ആയത് യാദൃച്ഛികമാണ്) ഇവിടെ അവതരിപ്പിക്കുന്നു. അവർ പറഞ്ഞത് പതിരൊട്ടും ഇല്ലാത്ത, ഹൃദയസ്പർശിയായ അനുഭവകഥകൾ ആയിരുന്നു, വേദനകൾ ആയിരുന്നു. ചിലർ കാലയവനികയ്ക്കുള്ളിൽ മറഞ്ഞിട്ടുണ്ട്. കൂടുതൽപേർ ഇന്നും എവിടെയോ ജീവിക്കുന്നു.

ഈ പരമ്പര തയ്യാറാക്കാൻ എന്നെ സഹായിച്ച കുറച്ചധികം പേരുണ്ടായിരുന്നു. പ്രത്യേകിച്ച് ഉണ്ണിക്കൃഷ്ണൻ തേവള്ളിയെ സ്നേഹപൂർവം ഓർക്കുന്നു. എല്ലാവരെയും ഓർത്തുകൊണ്ട്, സിനിമയിലെ സ്ത്രീജീവിതങ്ങളുടെ ഈ പുസ്തകം വായനക്കാരുടെ മുന്നിൽ തുറന്നുവയ്ക്കുന്നു.

എം വേണുകുമാർ

മച്ചാട്ട് വാസന്തി
പാട്ടുവഴികൾ അടഞ്ഞ പാട്ടുകാരി

കണ്ണീരേറെ തൂകിയ ഒരു ജീവിതമായിരുന്നു മച്ചാട്ട് വാസന്തിയുടേത്. ഒമ്പതാം വയസ്സിൽ സഖാവ് ഇ കെ നായനാർ വേദിയിലെത്തിച്ച പാട്ടുകാരി. കമ്യൂണിസ്റ്റ് പാർട്ടിക്കായി ഒരു ജീവിതകാലം മുഴുവൻ പാട്ടുപാടിയ മച്ചാട്ട് കൃഷ്ണന്റെ മകൾ.

മലയാള നാടകഗാനവേദിക്കും, ചലച്ചിത്ര-റേഡിയോ ഗാനരംഗത്തും അടയാളപ്പെടുത്തപ്പെട്ട ഒട്ടനവധി ഗാനങ്ങൾക്കും അഭിനയമുഹൂർത്തങ്ങൾക്കും മച്ചാട്ട് വാസന്തി ജീവൻ പകർന്നുനൽകി. ഈ കലാകാരിയുടെ ഇന്നത്തെ ജീവിതം കണ്ണുനീരിന്റെയും വേദനയുടെയും കടവത്താണ്. സങ്കടപ്പെരുമഴകൾ ഒരുപാട് നനഞ്ഞ് നടന്ന് തീർന്നതാണ് ഇതുവരെയുള്ള ജീവിതം. ഓർത്തെടുക്കാൻ ഒരു സന്തോഷകാലം ഇല്ലാതെപോയ വയോവൃദ്ധയാണ് ഇവർ. ഓർമ്മയിൽ തെളിയുന്നത് ജീവിതസമരങ്ങൾ മാത്രം.

ഒരു ഉച്ചനേരത്ത്, കോഴിക്കോട് അളകാപുരി ഹോട്ടലിലെ റസ്റ്റോറന്റിൽ വച്ച്, ഒരുപാട് നാളുകൾക്കുശേഷം വാസന്തിയെ കണ്ടു. മുഷിഞ്ഞ

വസ്ത്രം, വല്ലാത്ത ദൈന്യത. മുഖത്ത് എപ്പോഴും നിറഞ്ഞുനിൽക്കാറുള്ള ചിരിയെപ്പോലും അപ്പോഴത്തെ ദാരിദ്ര്യം ബാധിച്ചതുപോലെ.

അവർ ആരെയോ കാത്തിരിക്കുകയായിരുന്നു. കുറച്ച് മാറി ഞാനിരുന്ന കസേരയിലേക്ക് നോക്കുന്നതേയില്ല. നല്ല പരിചയമുണ്ടായിട്ടും ശ്രദ്ധയിൽപ്പെടാത്തതുപോലെ അവർ ഇരുന്നു. ഞാൻ നേരത്തെ പ്രവർത്തിച്ചിരുന്ന ചാനലിൽ അവരുടെ പ്രോഗ്രാമുകൾ നിരവധിതവണ വന്നിട്ടുണ്ട്. ആ വിധത്തിൽ വാസന്തിയുമായി നല്ല പരിചയമുണ്ടായിരുന്നു. എന്നിട്ടും കണ്ടഭാവം കാണിക്കാതിരുന്നപ്പോൾ ഒരൽപ്പം കുണ്ഠിതം തോന്നി.

ഞാൻ എണീറ്റ് അവർ ഇരുന്ന ടേബിളിന് എതിരെ ചെന്നിരുന്നു. എന്നെ കണ്ടതും ശരിക്കും അപ്പോൾ മാത്രം കണ്ടതുപോലെ എന്റെ കൈകളിൽ പിടിച്ചുകൊണ്ട് ചോദിച്ചു.

"ഇവിടെ?..."

അവരെ തെറ്റിദ്ധരിച്ചതിലുള്ള ജാള്യത മറച്ചുകൊണ്ട് ഞാൻ പറഞ്ഞു.

"കണ്ണൂരിൽ പോയി വരുന്ന വഴി, ഭക്ഷണം കഴിക്കാൻ കയറിയതാണ്. വാസന്തി ഭക്ഷണം കഴിക്കാൻ വന്നതായിരിക്കും."

ഗേറ്റിലേക്ക് നോക്കിക്കൊണ്ട് വാസന്തി പറഞ്ഞു.

"നാടകകാരൻ വാസുപ്രദീപിന്റെ നാടകസംഘത്തിലുണ്ടായിരുന്ന സതീശൻ ഇവിടെ വരുമെന്ന് പറഞ്ഞു. അവരുടെ പുതിയ നാടകത്തിൽ ഒരു വേഷം തരാമെന്ന് ഏറ്റിട്ടുണ്ട്." വീണ്ടും ഗേയ്റ്റിലേക്ക് നോക്കിക്കൊണ്ട് തുടർന്നു:

"രണ്ട് മണിക്കൂറായി ഞാനിവിടെ ഇരിക്കാൻ തുടങ്ങിയിട്ട്. ഇനിയും ആരെയും കണ്ടില്ല."

ഞാനപ്പോൾ മനസ്സിൽ ഓർത്തു.

ഈ വയസ്സുകാലത്ത് സ്റ്റേജിൽ നിറഞ്ഞാടാൻ ഇവർക്ക് ത്രാണിയുണ്ടോ? ഇനിയുള്ള കാലം സ്വസ്ഥമായി വിശ്രമജീവിതം സ്വീകരിക്കേണ്ടതല്ലേ?

"സാറ് ഓർക്കുന്നത് ഞാൻ പറയട്ടെ?"

എന്റെ ആലോചന കണ്ടിട്ടാകണം, വാസന്തി ഒരു ചിരിയോടെ പറഞ്ഞു.

"ഇനിയെങ്കിലും വീട്ടിലിരുന്നാൽ പോരെ എന്നല്ലേ? എത്രയോ കാലമായി ആഗ്രഹിക്കുന്നതും അതുതന്നെ. പക്ഷേ, കഴിയുന്നില്ല സാർ."

പിന്നെ നേരിയതിന്റെ തുമ്പ് കൊണ്ട് കണ്ണുകൾ തുടച്ചു.

വർഷങ്ങളായി വാസന്തിയെ നേരിട്ട് അറിയാം. അവരുടെ കുടുംബത്തെയും നല്ല പരിചയമുണ്ട്. കോഴിക്കോട്ട് ചാനൽ ഷൂട്ടിംഗിന് വന്നാൽ അവരെ വിളിക്കും. ചിലപ്പോൾ ഒറ്റയ്ക്ക് വരും. മറ്റ് ചിലപ്പോൾ പേരക്കുട്ടിയുമായിട്ടായിരിക്കും വരുക. ഉച്ചഭക്ഷണത്തിനുശേഷം അവർ പിരിയുമ്പോൾ ഒരു സഹോദരി ദീർഘനാളുകൾക്കുശേഷം കണ്ട് പിരിയുന്നതുപോലെ തോന്നിയിട്ടുണ്ട്. അത്രയ്ക്ക് സ്നേഹനിധിയാണ് അവർ.

മച്ചാട്ട് വാസന്തി

കാണുമ്പോഴെല്ലാം സങ്കടകാലത്തെക്കുറിച്ച് മാത്രമേ പറയാനുള്ളൂ. മക്കൾ രണ്ടുപേരും ഒരിടത്തും എത്തപ്പെട്ടില്ല. മകൾ സംഗീതയ്ക്ക് ഒരു മെഡിക്കൽ ഷോപ്പിലാണ് ജോലി. മകന് ഒരു കമ്പനിയിൽ താൽക്കാലിക ജോലിയുണ്ട്. സ്വരവ്യത്യാസം വന്നത് കാരണം വാസന്തി ഇപ്പോൾ ഗാനമേളകളിൽ സജീവമല്ല.

മക്കൾ രണ്ടുപേരും വിവാഹിതരാണ്. അവരുടെ വരുമാനംകൊണ്ട് സ്വന്തം ജീവിതംപോലും മുന്നോട്ട് കൊണ്ടുപോകാൻ കഴിയാതെ ഇരിക്കുമ്പോൾ അമ്മയെ എങ്ങനെ അവർക്ക് സഹായിക്കാനാവും?

ഗേയ്റ്റിലേക്ക് നോക്കിയുള്ള ആ ഇരിപ്പിൽനിന്നും ശ്രദ്ധമാറ്റാൻ വേണ്ടി ഞാൻ ചോദിച്ചു.

“പുതിയ നാടകത്തിൽ നല്ല വേഷമായിരിക്കുമോ?”

“രണ്ട് രംഗങ്ങളിൽ വന്നുപോകുന്ന ഒരു ചെറിയ വേഷം. അതു മതി, തുടർച്ചയായി കിട്ടുമല്ലോ?”

ഒന്ന് ചിരിച്ചുകൊണ്ട് അവർ കൂട്ടിച്ചേർത്തു.

“വീട്ടിലിരുന്ന് മടുത്തു. പുറത്തിറങ്ങി പഴയ ചങ്ങാതിമാരെ കാണുമ്പോൾ ഒരു സന്തോഷം.”

“കഴിഞ്ഞ രണ്ടുമാസമായി ഞാൻ പുറത്തിറങ്ങിയിട്ട്. ഒന്ന് പുറത്തിറങ്ങി മടങ്ങിവരണമെങ്കിൽ കുറഞ്ഞത് നൂറ് രൂപയെങ്കിലും വേണ്ടേ? സത്യത്തിൽ അതില്ലാത്തതുകൊണ്ടാണ് എങ്ങോട്ടും ഇറങ്ങാത്തത്”

ഒരു കലാകാരിയുടെ വിങ്ങലുകളായിരുന്നു അത്.

ഭക്ഷണം കഴിച്ച് പിരിയുമ്പോഴും, സതീശൻ വന്നിരുന്നില്ല. നഗരത്തിൽനിന്നും വളരെ അകലെയുള്ള ഗ്രാമത്തിലാണ് (എന്റെ ഓർമ്മ) അവർ മുൻപ് താമസിച്ചിരുന്നത്. അവിടെ എത്തണമെങ്കിൽ ബസ്സിന് മാത്രം അമ്പത് രൂപവേണം. ഒരു അമ്പത് രൂപ ആട്ടോയ്ക്കു വേണ്ടിവരും. ഇത്രയും കാശ് അവരുടെ കൈയിൽ ഉണ്ടാവുമോ?

കണ്ണൂരിലാണ് മച്ചാട്ട് വാസന്തി ജനിച്ചത്. മച്ചാട്ട് കൃഷ്ണന്റെ പാട്ട്

കേട്ട് വളർന്ന ബാല്യം. അന്ന് കമ്യൂണിസ്റ്റ് പാർട്ടിയുടെ ഈറ്റില്ലമായിരുന്നല്ലോ കണ്ണൂർ.

പാർട്ടിയുടെ പ്രമുഖരായ നിരവധിപേർ കണ്ണൂരിലുണ്ടായിരുന്നു. ദിവസവും അനേകം വേദികളിൽ രാഷ്ട്രീയയോഗങ്ങളും പ്രസംഗങ്ങളും ഉണ്ടാവും. ആ വേദികളിലെല്ലാം സഖാവ് കൃഷ്ണനും മകളും ഉണ്ടാകും. സമ്മേളനം ആരംഭിക്കുന്നതിനുമുമ്പ് കൃഷ്ണന്റെ വിപ്ലവഗാനമേളയാകും ആദ്യം. ആകാശവാണിയിലൂടെ കൃഷ്ണന്റെ പാട്ട് അന്ന് പ്രസിദ്ധമായിരുന്നു. കൃഷ്ണന്റെ പാട്ട് ഉണ്ടെങ്കിൽ ജനം തിങ്ങി നിറയുന്ന കാലം. മൈക്ക് കൈയിലെടുത്താൽ കൃഷ്ണൻ സ്വയംമറന്ന് പാടുമായിരുന്നു. എല്ലാപാട്ടുകളും ആവേശമുണർത്തുന്നതാണ്.

തയ്യൽത്തൊഴിലാളി ആയിരുന്നു കൃഷ്ണൻ. മനോഹരമായി പാടുന്നതുപോലെതന്നെ തുന്നൽപ്പണിയിലും കൃഷ്ണന് ആ നാട്ടിൽ പെരുമയുണ്ടായിരുന്നു. വീട്ടിലാണ് തയ്യൽക്കട. പക്ഷേ, കൃത്യസമയത്ത് പണിതീർത്ത് പലപ്പോഴും തുണികൾ കൊടുക്കാൻ കഴിയില്ല. കാരണം ഉച്ച കഴിഞ്ഞാൽ പാർട്ടി സമ്മേളനങ്ങളും, പാട്ട് പരിപാടികളും ഉണ്ടാവും. മകളെക്കൂട്ടി നേരത്തേതന്നെ കൃഷ്ണൻ വേദിയിലെത്തും. ഒമ്പത് വയസ്സുള്ള വാസന്തി അച്ഛന്റെ വിരൽത്തുമ്പിലുണ്ടാവും. കൊച്ചുവാസന്തിയെ സഖാക്കൾക്ക് മാത്രമല്ല, നാട്ടുകാർക്കും ഏറെ പ്രിയമായിരുന്നു. അവളെ കൊഞ്ചിക്കാനും പാട്ടുകൾ മൂളിപ്പിക്കാനും അവർ തമ്മിൽ മത്സരമായിരുന്നു. വാസന്തിക്കും അതൊരു ആവേശമായിരുന്നു. ആദ്യമൊക്കെ സിനിമാപാട്ടുകളായിരുന്നു അധികവും പാടിയിരുന്നത്. പിന്നീട് അച്ഛൻ വിപ്ലവഗാനങ്ങൾ പഠിപ്പിച്ചു. കൊച്ചുവാസന്തിയുടെ അത്തരം ഗാനങ്ങൾ വേദിയിൽ മുഴങ്ങിക്കേട്ടു.

കണ്ണൂരിൽ, അഖിലേന്ത്യാ കിസാൻ സമ്മേളനം നടക്കുന്ന കാലം. പതിനാല് ദിവസം നീണ്ടുനിൽക്കുന്ന മഹാസമ്മേളനത്തിന്റെ ആദ്യദിവസംതന്നെ കൃഷ്ണൻ വാസന്തിയെയും ഒപ്പം കൂട്ടി. ഇന്ത്യയിൽ, നിരവധി സംസ്ഥാനങ്ങളിൽനിന്നുള്ള പ്രതിനിധികൾ സമ്മേളനത്തിൽ പങ്കെടുക്കാൻ എത്തിയിട്ടുണ്ട്. ഇ എം എസ്, എ കെ ജി, ഇ കെ നായനാർ, അച്യുതാനന്ദൻ, ഗൗരിയമ്മ അങ്ങനെ നിരവധി പ്രമുഖരായ നേതാക്കൾ കണ്ണൂരിൽ എത്തിയിട്ടുണ്ട്. കണ്ണൂരിന് അന്നൊരു ഉത്സവപ്രതീതി ആയിരുന്നു. എവിടെയും ചുവന്ന കടൽ. തലയിൽ ചുവന്ന തൊപ്പിയും ബാഡ്ജും ധരിച്ചുള്ള ജനങ്ങളുടെ ഉണർവ്വിന്റെ മുന്നേറ്റം. ആൾക്കൂട്ടത്തിൽ ഒരാളായി വാസന്തിയും മുന്നിൽത്തന്നെ നിന്നു. എവിടെനിന്ന് നോക്കിയാലും കാണാവുന്ന തരത്തിൽ ഉയർത്തിക്കെട്ടിയ വേദിയിൽ സഖാക്കൾ നിറഞ്ഞുനിൽപ്പുണ്ട്. കൃഷ്ണന്റെ കൈയിൽ പിടിച്ചു വന്ന വാസന്തിയെ ഒരാൾ ശ്രദ്ധിക്കുന്നുണ്ടായിരുന്നു. ഇത്രയും ചെറിയ പ്രായത്തിൽ പരന്നൊഴുകിയ ജനസമുദ്രം കണ്ട് വാസന്തിയുടെ മുഖത്ത് അമ്പരപ്പ്.

അത് കണ്ടിട്ടാകണം ഒരു സഖാവ് അവളെ അടുത്തേക്ക് വിളിച്ചു. തന്നിലേക്ക് ചേർത്തുനിർത്തിക്കൊണ്ട് കൃഷ്ണനോട് ചോദിച്ചു.

"കൃഷ്ണാ നിന്റെ മോള് പാടുമോ?"

"ഇതുവരെ പാടിയിട്ടില്ല. സംഗീതമുണ്ട്."

കൃഷ്ണൻ പറഞ്ഞു.

"എന്നാൽ ഈ വേദിയിൽ വച്ച് അവൾ പാടിത്തുടങ്ങട്ടെ." കൊച്ചു വാസന്തിയുടെ കൈയിൽ പിടിച്ച് കുലുക്കിക്കൊണ്ട് സഖാവ് പറഞ്ഞു.

"മോളേ, ഇന്നുമുതൽ നീ എല്ലാ വേദിയിലും പാടണം. മച്ചാട്ട് കൃഷ്ണന്റെ മകൾ ഒട്ടും മോശമാകില്ല. തുടങ്ങിക്കോ?"

കൊച്ചുവാസന്തിയെ സ്റ്റേജിലേക്ക് എടുത്ത് നിർത്തിക്കൊണ്ട്, സഖാവ് അവൾക്കൊരു ചുവന്ന ഷാൾ കഴുത്തിലൂടെ ചുറ്റിക്കൊടുത്തു. മുന്നിലെ ജനസാഗരത്തെ അമ്പരപ്പോടെ നോക്കിനിൽക്കുമ്പോൾ, അവളോടൊപ്പം സഖാവും സ്റ്റേജിലേക്ക് കയറി.

"പാടൂ.... മോളോടൊപ്പം ഞാനുമുണ്ട്."

സഖാവ് കൊച്ചുവാസന്തിക്ക് ധൈര്യം കൊടുത്തു.

അന്ന് പാടാൻ അറച്ചുനിന്ന വാസന്തിക്ക് - പിന്നീട് കേരളം മുഴുവനും അറിയപ്പെടുന്ന മച്ചാട്ട് വാസന്തിയായ ആ കുട്ടിക്ക്- ധൈര്യം പകർന്ന് തോൾ ചേർത്ത് പിടിച്ച സഖാവ്, സാക്ഷാൽ ഇ കെ നായനാർ ആയിരുന്നു.

അന്നത്തെ സ്റ്റേജ് സാമാന്യം വലുതാണ്.

ഇന്നത്തെപ്പോലെ സ്റ്റാന്റ് മൈക്കുകൾ അത്ര സുലഭമല്ലാത്ത കാലം. നാടക സ്റ്റേജുകളിൽ കാണാറുള്ള മുകളിൽ കെട്ടിത്തൂക്കിയിട്ടുള്ള ഒരു തരം മൈക്കായിരുന്നു അന്ന് അവിടെ ഉണ്ടായിരുന്നത്. വാസന്തി സ്റ്റേജിൽനിന്ന് എത്ര ഉറക്കെ പാടിയാലും ആ മൈക്കിലൂടെ ശബ്ദം പുറത്ത് വരില്ല. പക്ഷേ, അതിനും പരിഹാരം നായനാർ കണ്ടെത്തി. സ്റ്റേജിന്റെ മുകളിൽ ഒരു മേശ കൊണ്ടിട്ടു. അതിന് മുകളിൽ ഒരു കസേരയിൽ വാസന്തിയെ ഇരുത്തി. ഇപ്പോൾ വാസന്തിക്ക് മൈക്കിൽ നോക്കി പാടാൻ കഴിയും.

ഇ കെ നായനാർ

വാസന്തി ആദ്യമായി മുന്നിലെ ജനസാഗരത്തെ സാക്ഷിയാക്കി ഒരു പാട്ടുപാടി. പാട്ട് കേട്ട് ജനം കൈയടിച്ചു.

വേദിയിലുണ്ടായിരുന്ന മറ്റ് സഖാക്കളും അവളെ പ്രോത്സാഹിപ്പിച്ചു. പാട്ട് തീർന്നപ്പോൾ വാസന്തിക്ക് കൈകൊടുത്തുകൊണ്ട് സഖാവ് നായനാർ പറഞ്ഞു.

"മോളെ, മലബാറിലെ സുലോചനയായി നീ വളർന്ന് വലുതാകും."

വിപ്ലവനായകന്റെ വാക്ക് പാഴായില്ല. വാസന്തി എന്ന കൊച്ചു ഗായികയുടെ പാട്ട് കേൾക്കാൻ സമ്മേളന നഗരികൾ കാത്തിരുന്നു.

അന്നൊക്കെ കമ്യൂണിസ്റ്റ് പാർട്ടിയുടെ സമ്മേളനങ്ങൾ ഏഴുമണിക്ക് തുടങ്ങുമെന്ന് പറഞ്ഞാലും ആ സമയത്തൊന്നും തുടങ്ങാൻ കഴിയില്ല. നിരവധി സ്ഥലങ്ങളിൽ പല പല യോഗങ്ങൾ നടക്കുന്നുണ്ടാവും. സഖാക്കളെ കാണാനും അവരുടെ പ്രസംഗങ്ങൾ കേൾക്കാനും ജനം തടിച്ചുകൂടും. ദീർഘമായ പ്രസംഗങ്ങൾ കഴിഞ്ഞ് സഖാക്കൾ എത്തുമ്പോൾ പന്ത്രണ്ട് മണിയെങ്കിലും കഴിഞ്ഞിട്ടുണ്ടാവും. ഈ സമയമത്രയും കൃഷ്ണന്റെയും മകളുടെയും പാട്ടുകളായിരുന്നു സമ്മേളനവേദികളിൽ നിറഞ്ഞുനിൽക്കുക. രാത്രി പത്ത് മണി കഴിയുമ്പോൾ കൊച്ചുവാസന്തി ഉറക്കം പിടിക്കും. ഇതുകണ്ട് സഖാക്കൾ പറയും.

"കൃഷ്ണാ, വാസന്തി ഉറങ്ങട്ടെ."

അവർ സ്റ്റേജിന്റെ കീഴെ ഒരു ഓലക്കീറ് ഇട്ട്, അതിൽ വാസന്തിയെ കിടത്തും. സ്റ്റേജിൽ അച്ഛന്റെ പാട്ട് കേട്ട് വാസന്തി മെല്ലെ ഉറങ്ങിത്തുടങ്ങും.

ഒരു ഉറക്കം കഴിഞ്ഞ് കണ്ണ് തുറക്കുമ്പോൾ കാണുന്ന കാഴ്ച വാസന്തി നായനാരുടെ തോളിലിരുന്ന് സഞ്ചരിക്കുന്നതായിരിക്കും. അടുത്ത സമ്മേളനവേദിയിലേക്കുള്ള യാത്ര ആയിരുന്നു അത്.

വാസന്തിയുടെ തുടക്കം വിപ്ലവഗാനങ്ങളിലൂടെയാണെങ്കിലും, റേഡിയോ ഗായികയായും നാടകനടിയായും സിനിമാ പിന്നണിഗായികയായും അതിവേഗം വളർന്നു. കേരളം മച്ചാട്ട് വാസന്തിയെ അടുത്തറിഞ്ഞ നാളുകൾ.

പാട്ടും തയ്യൽത്തൊഴിലുംകൊണ്ട് വീട്ടിലെ പട്ടിണിമാറ്റാൻ കൃഷ്ണന് കഴിഞ്ഞില്ല. നിത്യദാരിദ്ര്യമായിരുന്നു. മകളെ കലാരംഗത്ത് ഉയർത്തിക്കൊണ്ടുവരാൻ വീട്ടിലെ ചുറ്റുപാടുകൾ കൃഷ്ണന് തടസ്സമായിരുന്നു എന്തുചെയ്യണമെന്നറിയാതെ നട്ടംതിരിയുന്ന കൃഷ്ണനോട് മകൾ പറഞ്ഞു.

"അച്ഛാ, ഞാൻ അഭിനയിക്കാൻ പോകാം. ബാലനടിമാർക്ക് നിരവധി അവസരങ്ങൾ ഉണ്ട്. നമ്മുടെ ബുദ്ധിമുട്ടുകൾ മാറും അച്ഛാ."

വാസന്തിയുടെ മുന്നിൽ അന്ന് വിശന്നുകരയുന്ന അനുജത്തിമാർ, അമ്മ... അടുത്ത വീടുകളിൽ ജോലിക്ക് പോയി കൊണ്ടുവരുന്ന ആഹാരമാണ് പലപ്പോഴും അവരുടെ വിശപ്പ് മാറ്റിയിരുന്നത്. അപ്പോഴും അമ്മയ്ക്കു കഴിക്കാൻ ഭക്ഷണം ഉണ്ടാവില്ല.

"അമ്മയുടെ വിശപ്പ് മാറ്റാൻ വേണ്ടിയാണ് ഒമ്പതാമത്തെ വയസ്സിൽ ഞാൻ കെ പി എ സിയിൽ അഭിനയിക്കാൻ പോയത്."

ഒരിക്കൽ നിറഞ്ഞ കണ്ണുകളോടെ വാസന്തി എന്നോട് പറഞ്ഞു. *നിങ്ങളെന്നെ കമ്മ്യൂണിസ്റ്റാക്കി* എന്ന നാടകത്തിലാണ് വാസന്തി ആദ്യമായി അഭിനയിക്കാൻ തുടങ്ങിയത്. ആ കാലം മറക്കാൻ കഴിയാത്ത ഓർമ്മകളായി വാസന്തി ഇന്നും മനസ്സിൽ സൂക്ഷിക്കുന്നു.

ആ നാടകത്തിൽ കൊച്ചു മീനുവായാണ് വാസന്തി വേഷമിട്ടത്. വലിയ മീനു ആയി അന്ന് അഭിനയിച്ചത് ഒ മാധവന്റെ ഭാര്യ വിജയകുമാരിയും (നടൻ മുകേഷിന്റെ അമ്മ).

കെ എസ് ജോർജ്ജിന്റെ കൊച്ചുപെങ്ങളായി മീനു വേദിയിൽ നിൽക്കുന്നു. ദീർഘനാളത്തെ ജയിൽവാസത്തിനുശേഷം സഹോദരൻ വീട്ടിലെത്തിയിരിക്കുകയാണ്. കൊച്ചുപെങ്ങളുടെ മുഖത്ത് അതിന്റെ സന്തോഷമുണ്ടെങ്കിലും എവിടെയോ ഒരു വേദന നിഴലിക്കുന്നുണ്ട്. ഇതുകണ്ട് സഹോദരൻ മീനുവിനെ അടുത്തുവിളിച്ച് തലോടിക്കൊണ്ട് ചോദിച്ചു.

"മോളെ എന്താ നിന്റെ മുഖം വല്ലാതിരിക്കുന്നത്."

കൊച്ചു മീനു വിഷമത്തോടെ ചോദിക്കുന്നു.

"ചേട്ടൻ ഇനിയും ജയിലിലേക്ക് പോകുമോ?"

"ഇല്ല മോളെ, ഇനി നിന്നോടൊപ്പം ഇവിടെ ഉണ്ടാകും."

അവൾക്ക് സമാധാനമായി. ഒരു ആലോചനയ്ക്കുശേഷം മീനു പറഞ്ഞു.

"ചേട്ടാ എനിക്കൊരു കാര്യം പറയാനുണ്ട്."

"പറയൂ..."

എം എസ് ബാബുരാജ്

രാമു കാര്യാട്ട്

ഒട്ടും അമാന്തിച്ചില്ല, മീനു കാര്യം പറഞ്ഞു.

“ചേട്ടാ എനിക്ക് ഈ ഒരു പാവാടയേ ഉള്ളൂ. ഒരു പുതിയ പാവാടയും ബ്ലൗസും തയ്പ്പിച്ചു തരാമോ?”

“ഓ... പിന്നെന്ത്. നാളെത്തന്നെ ആകട്ടെ.”

ആ രംഗം കഴിഞ്ഞ ഉടനെ വാസന്തി ഓടി സൈഡ് കർട്ടന്റെ പിന്നിലേക്ക് മറഞ്ഞു. അവിടെ നിന്നുകൊണ്ട് പൊട്ടിക്കരഞ്ഞു.

വാസന്തി പറയുകയാണ്.

“അന്നെനിക്ക് ഒരു പാവാടയും ബ്ലൗസും മാത്രമേയുണ്ടായിരുന്നുള്ളൂ. നാടകം കഴിഞ്ഞാൽ രാത്രിതന്നെ ആ പാവാടയും ബ്ലൗസും കഴുകി ഇടും. രാവിലെ അതുതന്നെ ഇടും. അങ്ങനെ എത്രയോ ദിവസങ്ങൾ ഇത് ചെയ്തുകൊണ്ടിരുന്നു.”

അന്ന് സൈഡ് കർട്ടന്റെ മറവിൽനിന്നു കരയുന്ന കൊച്ചു മീനു കെ പി എ സിയുടെ പ്രസിഡന്റ് ജനാർദ്ദനക്കുറുപ്പിന്റെ ശ്രദ്ധയിൽപ്പെട്ടു. വാസന്തിയെ അടുത്തു വിളിച്ച് കരച്ചിലിന്റെ കാരണം പ്രസിഡന്റ് ചോദിച്ചു.

വാസന്തി പൊട്ടിക്കരഞ്ഞുകൊണ്ട് കാര്യം പറഞ്ഞു.

അവളെ സമാധാനിപ്പിച്ചുകൊണ്ട് ജനാർദ്ദനക്കുറുപ്പ് അതിനൊരു പരിഹാരം കണ്ടെത്തി. അടുത്ത ദിവസംതന്നെ നാലഞ്ച് പാവാടയും ബ്ലൗസും പുതിയതായി തയ്പിച്ച് അവൾക്കു നൽകി.

അത് കൈയിൽ കിട്ടിയപ്പോഴുള്ള സന്തോഷം വാസന്തിക്ക്, വാക്കുകൾകൊണ്ട് പറയാൻ കഴിയാത്ത വിധമായിരുന്നു.

കെ പി എ സിയുടെ വളക്കൂറുള്ള മണ്ണിൽനിന്ന് സ്ഫുടം ചെയ്തെടുത്ത അഭിനയപാടവവുമായി പിന്നെ വന്നെത്തിയത് നക്ഷത്രത്തിളക്കമുള്ള ചലച്ചിത്രലോകത്തേക്കാണ്. അഭിനേത്രി ആയിട്ടല്ല, അനശ്വര സംഗീതജ്ഞൻ ബാബുരാജിന്റെ ഗായിക ആയിട്ടായിരുന്നു തുടക്കം. മച്ചാട്ട് കൃഷ്ണന്റെ അടുത്ത സുഹൃത്തായിരുന്നു ബാബുരാജ്. കണ്ണൂരിലെ കല്യാണസൽക്കാരങ്ങളിൽ അവർ ഒന്നിച്ചായിരുന്നു പാട്ട് പാടിയത്. ബാബുക്ക ഒരുക്കുന്ന സംഗീതസന്ധ്യയിൽ പ്രധാന പാട്ടുകാരിൽ ഒരാൾ കൃഷ്ണനാണ്. ആ സൗഹൃദം ദീർഘകാലമായി തുടരുന്നതിനിടയിലാണ് മകളുടെ കാര്യം കൃഷ്ണൻ ബാബുക്കയെ അറിയിച്ചത്. ഒട്ടും ആലോചിക്കാതെ ബാബുക്ക പറഞ്ഞു. “പാടാൻ അവസരം കൊടുക്കാം. പക്ഷേ, കോഴിക്കോട്ട് വരണം. ഗാനമേളകളും ചലച്ചിത്രങ്ങളുമായി ബന്ധപ്പെട്ട് അന്ന് ബാബുക്ക പ്രവർത്തിക്കുന്നത് കോഴിക്കോട് കേന്ദ്രമാക്കിയാണ്.

ബാബുക്കയുടെ ക്ഷണം സ്വീകരിച്ച് കൃഷ്ണനും, വാസന്തിയും കണ്ണൂർ വിട്ട് കോഴിക്കോട്ടെത്തി. രാമു കാര്യാട്ട് സംവിധാനം ചെയ്ത *മിന്നാമിനുങ്ങ്* എന്ന ചിത്രത്തിൽ ബാബുക്കയുടെ സംഗീതസംവിധാനത്തിൽ വാസന്തി ആദ്യമായി പിന്നണിഗായികയായി അരങ്ങേറ്റം കുറിച്ചു.

തുടക്കം പിഴച്ചില്ല. ആദ്യഗാനം ചലച്ചിത്രരംഗം സ്വീകരിച്ചു. പിന്ന ണിഗാനരംഗത്ത് ചുവടുറപ്പിക്കാൻ കഴിയുമെന്ന് വാസന്തിയെക്കാൾ, ബാബുരാജിന് ആത്മവിശ്വാസമുണ്ടായിരുന്നു. *സുബൈദ, കുട്ടിക്കുപ്പായം, കുട്ട്യേടത്തി, ഓളവും തീരവും* തുടങ്ങി ബാബുക്ക സംഗീതം നിർവ ഹിച്ച നിരവധി ചിത്രങ്ങളിൽ പാടാൻ കഴിഞ്ഞു. അന്നത്തെ ശ്രദ്ധേയമായ നാടകങ്ങളിലും വാസന്തി പാടി. പ്രസിദ്ധമായ 'പച്ചപ്പനംതത്തേ' എന്ന ഗാനം കേരളം അന്ന് ഏറ്റുപാടിയ നാടകഗാനമായിരുന്നു. ബാബുക്കയുടെ കരുതലിലും, തണലിലും വാസന്തി അറിയപ്പെട്ട ഗായിക ആയി പെട്ടെന്ന് വളർന്നു. മറ്റ് സംഗീതസംവിധായകരും വാസന്തിക്ക് പാടാൻ അവ സരങ്ങൾ നൽകി.

അഭിനയത്തിന് ഒരു ഇടവേള നൽകിക്കൊണ്ട് വാസന്തി ഗാന രംഗത്ത് ചുവടുറപ്പിച്ചുവരുന്നതിനിടയിലാണ് ബാബുരാജിന് ചിത്രങ്ങൾ കുറയുന്നതും പുതിയ സംഗീതസംവിധായകർ ആ ഇടം കയ്യടക്കുന്നതും. സ്വാഭാവികമായും ബാബുരാജിന്റെ പ്രിയപ്പെട്ട ഗായിക എന്ന് പേരുള്ള വാസന്തിയെയും അതു ബാധിച്ചു. ചിത്രങ്ങൾ കുറഞ്ഞു; നാടകങ്ങളും ഇല്ലാതായി. കടുത്ത സാമ്പത്തികപ്രതിസന്ധിയിലായി.

പെട്ടെന്നായിരുന്നു ബാബുക്കയുടെ മരണം. കുറെ നാളായി ആരോ ഗ്യസ്ഥിതി മോശമായിരുന്നു. ഇടയ്ക്ക് വാസന്തി ബാബുക്കയെ കാണാൻ പോകുമായിരുന്നു. "നീ മദ്രാസിൽ പോകണം. പഴയ പരിചയക്കാരായ സംവിധായകരെ കാണണം. കൂടുതൽ അവസരങ്ങൾ നീതന്നെ കണ്ടെ ത്തണം. വെറുതെ ഇരിക്കരുത്."

ബാബുക്ക വാസന്തിയെ ഉപദേശിച്ചു.

ഒരു സന്ധ്യനേരത്ത് ബാബുക്ക വാസന്തിയെ തേടി വീട്ടിലേക്കു വന്നു. ആ രംഗം വാസന്തിയുടെ ഓർമ്മയിൽ ഇന്നും തെളിഞ്ഞുനിൽ ക്കുന്നു. വളരെ മുഷിഞ്ഞ വസ്ത്രങ്ങൾ. നീട്ടി വളർത്തിയ താടി. നട ക്കാൻതന്നെ ബുദ്ധിമുട്ടായിരുന്നു. ബാബുക്ക ഗേയ്റ്റിൽ വന്നുനിന്ന് വാസന്തീ എന്ന് വിളിച്ചപ്പോൾ താൻ തകർന്നുപോയി. നാൽപ്പതു വർഷത്തെ പരിചയമുണ്ടായിരുന്നു ബാബുക്കയുമായി. ആദ്യമായിട്ടാണ് ബാബുക്ക വീട്ടിൽ വരുന്നത്. ഓടി അടുത്തുചെന്ന് അദ്ദേഹത്തിന്റെ കയ്യിൽ പിടിച്ചുകൊണ്ട് പറഞ്ഞു.

"ബാബുക്കാ എന്തിനാവന്നത്. ഞാൻ അങ്ങോട്ട് വരുമായിരുന്നില്ലേ."

"സാരമില്ല മോളേ. എനിക്ക് നിന്നെ കാണണമെന്ന് തോന്നി."

അദ്ദേഹത്തെ കോലായിൽ കൊണ്ടിരുത്തി. ചായ എടുക്കാൻ അടുക്കളയിലേക്ക് പോകുംനേരം തടഞ്ഞുകൊണ്ട് ബാബുക്ക പറഞ്ഞു.

"ചായ വേണ്ട. എനിക്ക് ഒരു പാക്കറ്റ് സിഗററ്റും തീപ്പെട്ടിയും വാങ്ങി ത്തരണം." അപ്പോൾത്തന്നെ മകൻ അത് രണ്ടും വാങ്ങിക്കൊണ്ടുവന്നു. ഒരു സിഗററ്റ് എടുത്ത് വലിച്ചുകൊണ്ട് ബാബുക്ക പറഞ്ഞു.

"ഒരു ആയിരം രൂപ തരണം. മദ്രാസിൽ പോകാനാണ്. എന്റെ പഴയ സുഹൃത്തുക്കളെ കാണണം. അവര് വഴി ഒരു പടം ചെയ്യണം. അത് നട

ന്നില്ലെങ്കിൽ ഈ കൂടിക്കാഴ്ച അവസാനത്തേതാണെന്ന് കരുതിക്കൊള്ളൂ."

ആയിരം രൂപ വാങ്ങി പോകുമ്പോൾ ആ കണ്ണുകൾ നിറയുന്നത് കണ്ടു.

ബാബുക്കയുടെ മരണത്തിൽ കലാകേരളം വിങ്ങിപ്പൊട്ടിയതുപോലെതന്നെ വാസന്തിക്കും സഹിക്കാൻ കഴിഞ്ഞില്ല. വാസന്തിയെ അറിയപ്പെടുന്ന ഗായിക ആക്കിയതിൽ പ്രധാനി ബാബുക്ക ആയിരുന്നല്ലോ.

എപ്പോൾ പാടാൻ മൈക്ക് കയ്യിലെടുക്കുമ്പോഴും ആദ്യം ഓർക്കുക ബാബുക്കയെയാണ്. പിന്നെ അച്ഛനെയും.

സംഗീത - നാടക ജീവിതംപോലെതന്നെ ദുരന്തമായിരുന്നു വാസന്തിയുടെ കുടുംബജീവിതവും. പാട്ടിനെമാത്രം പ്രണയിച്ചുനടന്ന കാലത്തായിരുന്നു വിവാഹം. അതോടെ പാട്ടിന്റെ വസന്തകാലം അവസാനിച്ചു.

സിനിമ പ്രൊജക്ടർ നിർമ്മിക്കുകയും സർവ്വീസ് നടത്തുകയും ചെയ്യുന്ന എൻജിനീയർ ബാലകൃഷ്ണനാണ് വാസന്തിയെ വിവാഹം കഴിച്ചത്. അദ്ദേഹം നല്ലൊരു തബലിസ്റ്റുംകൂടി ആയിരുന്നു. വാസന്തിയുടെ ഗാനമേളകളിൽ തബലവായിക്കുകയും, ആ അടുപ്പം അനുരാഗമായി വളർന്ന് വിവാഹജീവിതത്തിലേക്കെത്തുകയും ചെയ്തു. രണ്ട് കലാകാരന്മാർ ഒരുമിച്ച് സംതൃപ്തമായ ദാമ്പത്യജീവിതമായിരുന്നു ആദ്യകാലത്ത്. പത്ത് കൊല്ലം സ്നേഹത്തിലും സന്തോഷത്തിലും അവർ ജീവിച്ചു. ഇതിനിടയിൽ രണ്ട് കുഞ്ഞുങ്ങൾ കൂടി എത്തിയപ്പോൾ ജീവിതം കൂടുതൽ സമ്പന്നമായി.

കുടുംബം എന്ന ചെറിയ വൃത്തത്തിലേക്ക് ഒതുക്കപ്പെട്ടിട്ടും വാസന്തി കരഞ്ഞില്ല. പാടിയ പാട്ടിനെക്കാൾ പാടാൻ കൊതിച്ച പാട്ടുകൾ പിന്നാലെ വന്ന് മോഹിപ്പിച്ചുകൊണ്ടേയിരുന്നു. സർവ്വംസഹയായ അമ്മ എന്ന മാതൃക അവരുടെ മുന്നിലുണ്ടായിരുന്നു. നല്ല കുടുംബിനി ആകാൻ, തേടി വന്ന ഗാനമേളകളും സിനിമയും ഒക്കെ ഉപേക്ഷിച്ചു. ഭർത്താവിനെ ദൈവമായി സ്നേഹിച്ചുകഴിഞ്ഞ കാലം. പക്ഷേ, പിന്നെ എവിടെയായിരുന്നു താളപ്പിഴകൾ സംഭവിച്ചത്.

കൽക്കട്ടയിൽനിന്നും പ്രൊജക്ടറുകൾ വാങ്ങാൻ വന്ന മാർവാടികളുടെ രൂപത്തിലായിരുന്നു ദുരന്തമെത്തിയത്. ബാലകൃഷ്ണൻ നിർമ്മിക്കുന്ന പ്രൊജക്ടറുകൾക്ക് കൽക്കട്ടയിലും, ബോംബെയിലും നല്ല മാർക്കറ്റായിരുന്നു. അത് വാങ്ങാൻ നിരവധി മാർവാടികൾ വന്നെത്തുമായിരുന്നു. എത്രയും വേഗത്തിൽ ഒരു പ്രൊജക്ടർ സെറ്റ് ചെയ്തു കൊണ്ടുപോകാൻ അവരിൽ പലരും ബാലകൃഷ്ണനെ സ്വാധീനിക്കാൻ തുടങ്ങി. മദ്യമായിരുന്നു അതിന് കണ്ടെത്തിയ വഴി. അവർ ബാലകൃഷ്ണനെ പകലന്തിയോളം മദ്യപിച്ചു കിടത്തി. ചിലർ പണം കൊടുക്കാതെ പതിനായിരങ്ങൾ വിലയുള്ള പ്രൊജക്ടറുകളുമായി സ്ഥലം വിട്ടു. മറ്റ് ചിലർ

കടം പറഞ്ഞുകൊണ്ട് ബോംബെയ്ക്കു വണ്ടികയറി. പിന്നീട്, ബാലകൃഷ്ണൻ മുഴുവൻ സമയവും മദ്യത്തിന് അടിമയായി. ഫാക്ടറി തുറക്കാതെ ആയി. തൊഴിലാളികൾ മറ്റ് വഴികൾ തേടി പോയി. നന്നായി പ്രവർത്തിച്ചിരുന്ന ഫാക്ടറി ഏതാനും മാസങ്ങൾ കൊണ്ട് അടച്ചുപൂട്ടി. കടക്കാർ ഫാക്ടറിവാതുക്കൽ സമരം കിടന്നു. അവരെ പറഞ്ഞയക്കാൻ ഫാക്ടറിയും സ്ഥലവും തുച്ഛമായ വിലയ്ക്കു വിറ്റു.

എല്ലാം നഷ്ടപ്പെടുമ്പോഴും വാസന്തി ഭർത്താവിനെ സ്നേഹിച്ചു കൊണ്ട് ഒപ്പം നടന്നു. ഇതെല്ലാം താൽക്കാലിക പ്രതിസന്ധിയാണെന്ന് അവർ കരുതി. നഷ്ടപ്പെട്ടതെല്ലാം തിരിച്ചുപിടിക്കാമെന്ന് ഭർത്താവിന് ധൈര്യം കൊടുത്തു. പക്ഷേ, ഒന്നും ഫലിച്ചില്ല. വഴിതെറ്റി പോകുന്ന ഭർത്താവിനെ നേർവഴിയിൽ നടത്താനുള്ള ശ്രമം ഇതിനിടയിൽ വാസന്തി നടത്തിക്കൊണ്ടിരുന്നു. ഭർത്താവ് തീരാരോഗിയായി. വീട്ടിൽ ദാരിദ്ര്യം കുടിയേറി. ഒരു നേരത്തെ ആഹാരത്തിനു ബുദ്ധിമുട്ടുന്ന ദിവസങ്ങൾ. വിശന്ന് കരയുന്ന മക്കൾ. ആ നാളുകളിലും കിടപ്പിലായ ഭർത്താവിനെ തനിച്ചാക്കി തേടി വന്ന ഗാനലോകത്തിലേക്ക് മടങ്ങിപ്പോയില്ല. തന്റെ സാന്നിധ്യം എപ്പോഴും ഭർത്താവിനോടൊപ്പമുണ്ടാകണമെന്ന് വാസന്തി തീരുമാനിച്ചിരുന്നു.

ഭർത്താവിന്റെ അന്ത്യനിമിഷങ്ങളെക്കുറിച്ച് വാസന്തി ഒരിക്കൽ എന്നോടു പറഞ്ഞു.

“മരിക്കുന്നതിന് തലേദിവസം തീരെ അവശനായിരുന്നു. അന്ന് രാത്രി സ്നേഹത്തോട എന്നെ അരികിലിരുത്തി. മുപ്പത് കൊല്ലത്തെ ദാമ്പത്യജീവിതത്തിനിടയിൽ ഒരു പ്രാവശ്യംപോലും ഒരു പാട്ട് പാടാൻ പറഞ്ഞിട്ടില്ല. അന്നാദ്യമായി അത് ആവശ്യപ്പെട്ടു. ‘ചക്കരപ്പന്തലിൽ തേൻമഴ ചൊരിയും ചക്രവർത്തികുമാരാ...’ എന്ന ഗാനം പാടാമോ എന്ന് ചോദിച്ചു. ഞാൻ പാടി. കണ്ണടച്ച് അത് മുഴുവൻ താളമിട്ട് കേട്ടു. പാട്ട് അവസാനിച്ചപ്പോൾ എന്റെ കൈകൾ മുറുകെ പിടിച്ചുകൊണ്ട് പറഞ്ഞു, ഒരു ഗ്ലാസ് നാരങ്ങാവെള്ളം വേണം. ഞാൻ ഓടിപ്പോയി നാരങ്ങാവെള്ളം കൊണ്ടുവന്നു കൊടുത്തു. അത് മുഴുവനും കുടിച്ചുകഴിഞ്ഞപ്പോൾ എന്റെ കൈകൾ വീണ്ടും മുറുകെ പുണർന്നു. കണ്ണുകൾ നിറഞ്ഞൊഴുകി. ഛർദ്ദിക്കണമെന്ന് പറഞ്ഞു. പാത്രമെടുക്കുന്നതിനുമുൻപ് ശക്തിയായി ഛർദ്ദിച്ചു...... അത് മുഴുവൻ രക്തമായിരുന്നു.... എന്റെ മടിയിൽ കിടന്നു തന്നെ അദ്ദേഹം യാത്രയായി.”

ബാബുരാജിന്റെ മരണത്തിനുശേഷം മറ്റ് സംഗീതസംവിധായകർ ആരുംതന്നെ വാസന്തിയെ തേടി വന്നില്ല. പാട്ടിന്റെ ലോകത്തുനിന്ന് നീണ്ട നാൽപ്പതുവർഷങ്ങൾക്കുശേഷം പുറത്താക്കിയതുപോലെ. ഒരു ഇടക്കാലത്തിനുശേഷം *മീശമാധവ*നിൽ നാല് വരി മാത്രം പാടാൻ അവസരം കിട്ടി. പക്ഷേ, അത് മറ്റൊരു ദുരന്തമായിരുന്നു വാസന്തിക്ക് സമ്മാനിച്ചത്.

വാസന്തിയുടെ പ്രിയപ്പെട്ട അനുജത്തി ആയിരുന്നു മീര. അവൾ

ഒരു രണ്ടാം ജീവിതം കിട്ടുമെന്ന് പ്രതീക്ഷിച്ച് പാടിയ ചിത്രം. ചിത്രത്തിന്റെ അണിയറക്കാർ വാസന്തിയുടെ ഗാനമൊഴിവാക്കി.

നന്നായി പാടുമായിരുന്നു. അവസരങ്ങൾ ഒത്തുവരാത്തതുകൊണ്ട് മാത്രം അറിയപ്പെടുന്ന പാട്ടുകാരി ആയില്ല. ഗാനമേളകളിൽ ചേച്ചിയോടൊപ്പം അനുജത്തിയും പാടാൻ പോയിരുന്നു. നീണ്ട ഇടവേളയ്ക്കു ശേഷം *മീശമാധവ*നിൽ ചേച്ചിക്ക് അവസരം കിട്ടിയെന്നറിഞ്ഞപ്പോൾ ഏറ്റവും കൂടുതൽ സന്തോഷിച്ചത് മീര ആയിരുന്നു. *മീശമാധവ*നിൽ പാടി വന്നശേഷം, റിക്കോർഡിംഗ് വിശേഷങ്ങൾ തുടർച്ചയായി മീര ചോദിച്ചുകൊണ്ടേയിരുന്നു. ചേച്ചിയുടെ രണ്ടാം ജീവിതമായിരിക്കും ഇത് – മീര ദൈവത്തോട് പ്രാർത്ഥിച്ചു.

"ചിത്രം റിലീസ് ചെയ്ത ആദ്യ ദിവസംതന്നെ മീരയും എന്നോടൊപ്പം സിനിമ കാണാൻ വന്നു. വളരെ ആകാംക്ഷയോടെ ആയിരുന്നു എന്റെ പാട്ടിനായി അവൾ കാത്തിരുന്നത്. ചിത്രം തുടങ്ങി അവസാനി

ക്കുന്നതുവരെയും ഞാൻ പാടിയ പാട്ട് ചിത്രത്തിലുണ്ടായിരുന്നില്ല. ചിത്രം കഴിഞ്ഞ് തിയേറ്ററിൽനിന്നും എല്ലാവരും ഇറങ്ങിയിട്ടും മീര എണീൽക്കാതെ ഇരുന്നു. അവൾ പൊട്ടിപ്പൊട്ടി കരയുന്നുണ്ടായിരുന്നു.

ഒരുവിധം അവളെ സമാധാനിപ്പിച്ചു പുറത്തേക്കു കൊണ്ടുവന്നു. "ചേച്ചീ ഇവിടെയും നമ്മൾ വഞ്ചിതരായി." അതുകേട്ട് കരഞ്ഞു പോയി. ഓട്ടോറിക്ഷയിൽ ഇരിക്കുമ്പോഴും അവൾ എന്തൊക്കെയോ പിച്ചും പേയും പറഞ്ഞ് വല്ലാതെ ബഹളം വയ്ക്കാൻ തുടങ്ങി. ഒരു വിധം ശാന്തമാക്കി വീട്ടിലെത്തിച്ചു. അവളുടെ സമനില തെറ്റിയിരുന്നു. മൂന്നാം നാൾ തൂങ്ങിനിൽക്കുന്നതാണ് ഞാൻ കണ്ടത്."

വാസന്തി വേദനയുടെ കരകാണാക്കടലിൽ നീന്തുകയാണ്. അടുത്തിടെ തൊണ്ടയിൽ ഒരു മുഴ കണ്ടു. തുടർന്നുള്ള പരിശോധനയിൽ വലിയ പ്രശ്നമൊന്നും ഉണ്ടാകില്ല എന്ന് ഡോക്ടർ പറഞ്ഞു. എങ്കിലും തൊണ്ട തുറന്ന് പാടാൻ കഴിയാത്ത അവസ്ഥയാണ്. അതോടെ പാട്ടു വഴിയും അടഞ്ഞു.

സ്വന്തമായി നേടിയ വീടും ഫാക്ടറിയും എല്ലാം നഷ്ടപ്പെട്ടിട്ടും വാസന്തി തളർന്നില്ല. ആറ് പതിറ്റാണ്ട് മുൻപ് ഒരു ചുവപ്പൻ സായാഹ്നത്തിൽ സഖാവ് ഇ കെ നായനാർ തന്റെ കഴുത്തിലണിയിച്ച ആ ചുവന്ന ഹാരം ഇന്നും വാടാതെ വാസന്തിയുടെ ഹൃദയത്തിലുണ്ട്.

രോഗങ്ങളോടും ദുരിതങ്ങളോടും പൊരുതിനിൽക്കുമ്പോഴും മനസ്സിലും ചിന്തയിലും സംഗീതം മാത്രമേയുള്ളൂ.

മച്ചാട്ട് വാസന്തി ഇപ്പോഴും സ്വപ്നം കാണുന്നു; പാട്ടിന്റെ ലോകത്തേക്ക് മടങ്ങിവരാൻ കഴിയുന്ന ഒരു പുതിയ പ്രഭാതത്തെ.

പക്ഷേ, ആ സ്വപ്നം പൂവണിയുകയുണ്ടായില്ല. രോഗദുരിതങ്ങൾക്കൊടുവിൽ 2024 ഒക്ടോബർ 14 ന് വാസന്തി മരണമടഞ്ഞു.

കനകദുർഗ
ആൾക്കൂട്ടത്തിലെ ഏകാന്തത

എഴുപതുകളിലെ സിനിമയിൽ നായികാനിരയിൽ നുണക്കുഴിക്കവിളുകളും വിടർന്ന കണ്ണുകളും ഇരുനിറവുമുള്ള ഒരു പെൺകുട്ടി ഉണ്ടായിരുന്നു. ആ നായികയുടെ പേര് കനകദുർഗ എന്നായിരുന്നു. അന്നത്തെ കനകദുർഗയെ കാലം വല്ലാതെ മാറ്റിയിരിക്കുന്നു. സിനിമാനഗരമായ ചെന്നൈയിൽ, സിനിമയോട് അത്രവലിയ ചങ്ങാത്തമൊന്നും ഇല്ലാതെ, ഇന്ന് ജീവിക്കുകയാണ്, ഇന്നലത്തെ ഈ താരം - അഭിനയത്തോട് പണ്ടുണ്ടായിരുന്ന മോഹമോ ആവേശമോ ഇന്നില്ലെങ്കിലും, കടന്നുപോയ ആ സിനിമാക്കാലം നിധിപോലെ മനസ്സിൽ സൂക്ഷിക്കുകയാണ് കനകദുർഗ. വാർധക്യം മുഖത്തും ശരീരത്തിലും ചുളിവുകൾ വരച്ചാലും മേക്കപ്പ് പൗഡറിന്റെ അകമ്പടിയോടെ ഇനിയും ഒരു ബാല്യം ഉണ്ടെന്ന് ഉറക്കെ പറയുന്നവരുടെ കൂട്ടത്തിൽ ഈ നടി ഒരപവാദമാണ്.

സിനിമയിലും സീരിയലുകളിലും അമ്മവേഷം തരാം എന്ന് പറഞ്ഞുവരുന്നവരോട് “ഞാൻ അഭിനയം നിർത്തി. ഇനി വിശ്രമകാലം”

എന്നാണ് കനകദുർഗയ്ക്ക് പറയാനുള്ളത്. കടൽത്തീരത്തുള്ള ഇരുനിലവീട്ടിൽ കടൽക്കാറ്റേറ്റ് അവരിന്ന് ജീവിക്കുകയാണ്. പക്ഷേ, ഏകയാണ്. കൂട്ടിന് സ്വന്തം നിഴൽരൂപങ്ങൾ മാത്രം. ഏകമകൾ തുണയായി അടുത്തില്ലാത്തൊരു ജീവിതം. വല്ലാതെ ഏകാന്തത വരുമ്പോൾ, കടപ്പുറത്തേക്ക് നടക്കും. കപ്പലണ്ടി വിൽക്കുന്നവർ മുതൽ ബലൂൺകാരൻ വരെ പരിചയക്കാരാണ്. രണ്ടുനേരമെങ്കിലും ഈ മുഖം അവർ കാണുന്നുണ്ട്. ചിലപ്പോൾ കപ്പലണ്ടി കൊറിച്ചുകൊണ്ട് നടന്നുപോകുന്ന കനകദുർഗയെ ആയിരിക്കും. അല്ലെങ്കിൽ ദീർഘനേരം മൊബൈലിൽ സംസാരിച്ചിരിക്കുന്ന അമ്മയെ ആയിരിക്കും. രണ്ടായാലും കച്ചവടക്കാർക്ക് ഒരുപാട് ഇഷ്ടമാണ് ഈ അമ്മയെ. വലിയ നടിയായിരുന്നു എന്നുള്ള ഗമ ഒന്നും അവർക്കില്ലെന്ന് നാട്ടുകാർക്കറിയാം. ചിലപ്പോൾ കോളിംഗ് ബെല്ലടിച്ച് അവരിൽ ഒരാൾ വീട്ടുവാതുക്കൽ നിൽക്കുന്നുണ്ടായിരിക്കും. ഒരു കുപ്പി വെള്ളത്തിനുവേണ്ടി അല്ലെങ്കിൽ ഒരു നേരത്തെ ഭക്ഷണത്തിന് വേണ്ടി. ഒറ്റയ്ക്ക് ഒരു വീട്ടിൽ ആലംബം ഇല്ലാതെ ജീവിക്കുമ്പോൾ ഒരു വിളിപ്പാട് അകലെയുള്ള ഇവരുടെ സ്നേഹവും ശ്രദ്ധയും വേണമല്ലോ.

ഒരിക്കൽ ഞാൻ ചോദിച്ചു. ‘‘ഇങ്ങനെ ഒറ്റയ്ക്ക് താമസിക്കുന്നതിൽ ഭയം തോന്നാറില്ലേ? പ്രത്യേകിച്ചും വിജനമായ ഈ കടപ്പുറത്ത്.”

ചിരിച്ചുകൊണ്ട് അവർ പറഞ്ഞു.

“വിജനമാണെന്ന് നിങ്ങൾക്ക് തോന്നുന്നതാണ്. ഇവിടെ എപ്പോഴും ആളനക്കമുള്ള സ്ഥലമാണ്. തൊട്ടടുത്തൊക്കെ നിരവധി വീടുകളുണ്ട്. ഇതൊരു പോഷ് റസിഡൻസിയൽ ഏരിയ ആണ്. മിക്കവാറും വീടുകൾ അടഞ്ഞുകിടക്കുകയാണെങ്കിലും കുറെ വീടുകളിൽ താമസക്കാർ ഉണ്ട്. അവർ ഫോൺ ചെയ്ത് എന്റെ വിവരങ്ങൾ തിരക്കാറുണ്ട്.”

തിരക്കിയാലും ഇല്ലെങ്കിലും കനകദുർഗ ചഞ്ചലപ്പെടാറില്ല. അവരുടെ ഉള്ളിൽ കരുത്തുള്ള ഒരു സ്ത്രീയുണ്ട്. ആരെയും പേടിക്കാതിരിക്കാനും, എന്തിനെയും നേരിടാനുമുള്ള ആത്മധൈര്യം ഒറ്റയ്ക്കുള്ള ഇക്കാലത്തിനിടയിൽ നേടി എടുത്തു. ഭർത്താവ് ഹേമചന്ദ്രൻ എപ്പോഴും നിഴലായി തന്റെ പിന്നിലുണ്ടെന്ന് അവർ കരുതുന്നു. അതുകൊണ്ടാകണം ചിലപ്പോൾ ചില മുറികളിൽ എത്തുമ്പോൾ ഹേമചന്ദ്രൻ വന്നു നിൽക്കുന്നതുപോലെ തോന്നുമത്രേ.

ആന്ധ്രയിലെ വിജയവാഡയിലാണ് കനകദുർഗ ജനിച്ചത്. കർഷകനായ കോടീശ്വരറാവുവിന്റെയും രത്നമ്മയുടെയും ഏകമകൾ. ആ നാടിന്റെ പരദേവതയായ കനകദുർഗയുടെ പേരുതന്നെ കോടീശ്വരറാവു മകൾക്ക് ചാർത്തിക്കൊടുത്തു. സമ്പന്നതയിൽ ജനിച്ചുവളർന്ന ബാല്യം. കുടുംബത്തിലുള്ളവർ അധികംപേരും ചലച്ചിത്രരംഗത്തെ അതിപ്രശ

കനകദുർഗ്ഗ, ചിത്രം: നെല്ല്

സ്തർ. വല്യമ്മയും, വല്യച്ഛനും, ഇളയമ്മയും ഒക്കെ പെരുമയുള്ള നടികളും സംവിധായകരും. *പ്രേംനഗർ* എന്ന ചിത്രം സംവിധാനം ചെയ്ത കെ എസ് പ്രകാശറാവു വല്യച്ഛനായിരുന്നു. അമ്മയുടെ സഹോദരി ജീവലക്ഷ്മി തെലുങ്കിലെ മിന്നുംതാരമായിരുന്നു. പിന്നെയും ഉണ്ട് ബന്ധുക്കളായ ചലച്ചിത്രപ്രവർത്തകർ. ഇവരിൽ ആരെങ്കിലും എപ്പോഴും കുടുംബത്തിലുണ്ടാവും. കുട്ടിക്കാലം മുതൽ ഇത്തരം സിനിമാ അന്തരീക്ഷത്തിലാണ് കനകദുർഗ വളർന്നുവന്നത്. സിനിമാ ചർച്ചകൾക്കപ്പുറം മറ്റൊന്നും കേട്ട് വളർന്നതുമില്ല. അതുകൊണ്ടുതന്നെയാണ് പഠിക്കാൻ തീരെ മോശമായത്. കനകദുർഗയുടെ വാക്കുകളിൽത്തന്നെ അത് കേൾക്കാൻ നല്ല രസമായിരിക്കും.

"തലകെട്ടി, കണ്ണെഴുതി, പുതിയ യൂണിഫോം അണിയിച്ച് അമ്മ എന്നെ സ്കൂളിൽ കൊണ്ടുവിടും. വഴിനീളെ ഞാൻ കരഞ്ഞുകൊണ്ടിരിക്കും. എനിക്ക് പഠിക്കണ്ട. എനിക്ക് പഠിക്കണ്ട എന്നുറക്കെ പറഞ്ഞുകൊണ്ടാണ് നടക്കുക. ഒരേ വഴിയിലുള്ള ആ യാത്രയിൽ സ്ഥിരം കാഴ്ചക്കാർക്ക് അതൊരു കൗതുകമാണ്. എന്താകുട്ടീ പഠിച്ച് മുത്തശ്ശിയെപ്പോലെ വലിയ നടിയാകണ്ടേ? എന്നൊക്കെ അവർ ചോദിക്കും. അപ്പോൾ ഞാൻ പറയും, പഠിക്കാതെയും നടിയാകാമല്ലോ എന്ന്. മിക്കവാറും ഓരോ ക്ലാസ്സിലും രണ്ടുതവണയെങ്കിലും പഠിച്ചിട്ടുണ്ട്. പക്ഷേ, അതൊന്നും എനിക്ക് നാണക്കേടായി തോന്നിയില്ല."

ഏഴാം ക്ലാസ്സിൽ പഠിത്തം നിർത്തി. അപ്പോൾ വയസ്സ് പതിനാറ്. പതിനാറാം വയസ്സിൽ ആഗ്രഹംപോലെ ക്യാമറയുടെ മുന്നിലെത്തി. അതും അന്നത്തെ സൂപ്പർ ഹിറ്റ് സംവിധായകൻ കെ വി വിശ്വനാഥന്റെ സിനിമയിലെ അഭിനയത്തോടെ.

കെ വി വിശ്വനാഥന്റെ ശ്രദ്ധയിൽപ്പെട്ടതും രസകരമായ കഥയാണ്. ആന്ധ്രയിലാണ് കുടുംബവേരുകൾ എങ്കിലും കോടീശ്വരറാവുവും കുടുംബവും വളരെ നേരത്തേതന്നെ മദ്രാസിലേക്ക് താമസം മാറ്റിയിരു

ന്നു. ഒരു ദിവസം കെ വി വിശ്വനാഥൻ പുതിയ ചിത്രത്തിനുവേണ്ടി ലൊക്കേഷൻ നോക്കി മടങ്ങുംവഴി, ആത്മസുഹൃത്തായ കോടീശ്വരറാവുവിന്റെ വീട്ടിലേക്ക് കയറുന്നു. അവിടെ കണ്ട കാഴ്ച ഏകമകൾ നിർത്താതെ കരയുന്നതാണ്. അതും ഏങ്ങിയേങ്ങിയുള്ള കരച്ചിൽ. ഒരു നിമിഷം അമ്പരന്നുപോയ വിശ്വനാഥൻ മകളെ വിളിച്ച് എന്താകാര്യമെന്ന് തിരക്കി. ഒട്ടും അമാന്തിച്ചു നിൽക്കാതെ മകൾ കാര്യം പറഞ്ഞു.

"അങ്കിൾ എനിക്ക് പഠിക്കേണ്ട. അച്ഛനും അമ്മയും പഠിക്കാൻ നിർബന്ധിക്കുന്നു. ഞാൻ ഇനി സ്കൂളിൽ പോകില്ല."

കെ വി ശാന്തനായി അവളുടെ പരാതികൾ കേട്ടിട്ട് ചോദിച്ചു.

"പിന്നെ മോൾക്ക് എന്ത് ചെയ്യാനാണ് ആഗ്രഹം?"

അതിനും കൃത്യമായ മറുപടി ഉണ്ടായിരുന്നു.

"എനിക്ക് അഭിനയിക്കണം, അതാണ് എന്റെ ഇഷ്ടം."

വളരെ ശാന്തനായി ചിരിച്ചുകൊണ്ട് കെ വി പറഞ്ഞു "അതിനെന്ത്, നിന്റെ കുടുംബം കലാകുടുംബമല്ലേ. മോള് അഭിനയിച്ചോളൂ."

കെ വിയുടെ മറുപടിയിൽ കരച്ചിൽ നിർത്തിയ പതിനാറുകാരിയുടെ മുഖം വിടർന്നു.

നാളെ എന്റെ പുതിയ സിനിമയുടെ ഷൂട്ടിംഗ് തുടങ്ങുന്നു. അതിൽ നിനക്കൊരു വേഷം തരാം. ശാരദ സ്റ്റുഡിയോയിലേക്ക് അച്ഛനെയും കൂട്ടി വന്നോളൂ.

മകളെ ചലച്ചിത്രരംഗത്തേക്ക് അയക്കാൻ ഒട്ടും താൽപ്പര്യമെടുക്കാത്ത രക്ഷാകർത്താക്കൾക്ക് അതൊരു ഞെട്ടലായിരിക്കണം. വലിയ

വിദ്യാഭ്യാസം മകൾക്ക് നേടിക്കൊടുക്കണമെന്ന് ആഗ്രഹിച്ച അവർക്ക്, വാതിൽ അടഞ്ഞ തീരുമാനമായിരുന്നു അത്.

കെ വി വിശ്വനാഥൻ തലയിൽ തൊട്ട് അനുഗ്രഹിച്ച് ക്യാമറയുടെ മുന്നിൽ കനകദുർഗ എന്ന കറുത്ത കൊലുന്നനെയുള്ള സുന്ദരിയെ അണിയിച്ചൊരുക്കി നിർത്തി. ആ നിമിഷംവരെയും അഭിനയം എന്താണെന്നുപോലും അവൾക്ക് അറിയില്ല. ആകെയുള്ള കൈമുതൽ കുടുംബത്തിൽ കുറെ പേർ സിനിമയിലുണ്ടെന്നത് മാത്രം. അതുകൊണ്ട് അഭിനയം വരണമെന്നില്ലല്ലോ. പക്ഷേ, അതിര് കവിഞ്ഞ ആത്മവിശ്വാസമുണ്ടായിരുന്നു. നന്നായി അഭിനയിക്കാൻ കഴിയും എന്നുള്ള ഉൾവിളിയും.

പിൽക്കാലത്ത് വലിയ നടനായ ശോഭൻ ബാബുവിന്റെ ആദ്യചിത്രമായിരുന്നു അത്. ശോഭൻ ബാബുവിന്റെ ജോഡിയായിട്ടായിരുന്നു കനകദുർഗയുടെ തുടക്കം. നാലോ അഞ്ചോ സീനിലേ അവളുള്ളൂവെങ്കിലും കുട്ടിയുടെ അഭിനയം കണ്ട് സംവിധായകൻ അത്ഭുതപ്പെട്ടു. ഒരു ഉറച്ച ഭാവി ആ കുട്ടിയിൽ അദ്ദേഹം പ്രതീക്ഷിച്ചു. പക്ഷേ, ആദ്യ സിനിമയ്ക്കുശേഷം അടുത്ത സിനിമകൾ ഒന്നും തന്നെ തേടിയെത്തിയില്ല എന്ന് കനകദുർഗ ഓർക്കുന്നു.

“വീടിന്റെ മുന്നിൽ വന്ന് നിൽക്കുന്ന കാറുകളെ പ്രതീക്ഷിച്ച് ഓരോ ദിവസവും ഞാൻ തള്ളിനീക്കും. എന്നെ ബുക്ക് ചെയ്യാൻ വരുന്ന സംവിധായകരെ കാണാനുള്ള ആ ഇരിപ്പ് ഒരുപാട് കാലം നീണ്ടു. പക്ഷേ, എന്റെ ഉള്ളിലെ അഭിനേത്രി അടങ്ങി ഇരുന്നില്ല. സിനിമ ഇല്ലെങ്കിൽ നാടകം. ഈ തീരുമാനം ഫലം കണ്ടു. അന്നത്തെ പ്രസിദ്ധമായ ഒട്ടനവധി നാടകസംഘങ്ങളിൽ പ്രധാനവേഷത്തിൽത്തന്നെ അഭിനയിക്കാൻ കഴിഞ്ഞു. നാടകത്തിൽനിന്നും സിനിമകളിലേക്കും ക്ഷണം വന്നു. അങ്ങനെ ഞാൻ തിരക്കുള്ള നാടക - സിനിമ ആർട്ടിസ്റ്റായി.”

തമിഴിലും, തെലുങ്കിലും ചെറിയ ചെറിയ വേഷങ്ങളിൽ അഭിനയിച്ചുകൊണ്ടിരിക്കുമ്പോഴാണ് *നെല്ലി*ലേക്കുള്ള ക്ഷണം. നാടകനടിയായ സരള എന്ന അഭിനേത്രിയുടെ അടുത്ത സുഹൃത്തായിരുന്നു പ്രേംനവാസ് (പ്രേംനസീറിന്റെ അനുജൻ). കനകദുർഗ അഭിനയിച്ച ഏതോ ഒരു നാടകം നവാസ് കണ്ടിട്ടുണ്ട്. മികച്ച അഭിനേത്രി ആയിത്തീരാൻ എല്ലാ സാധ്യതകളും കനകദുർഗയിൽ നവാസ് കണ്ടിരുന്നു. *നെല്ലി*ന്റെ ചർച്ചകൾ നടക്കുന്ന വേളകൂടിയായിരുന്നു അപ്പോൾ. കുറുമാട്ടി എന്ന ആദിവാസിപ്പെണ്ണിനെ അവതരിപ്പിക്കാൻ ഒരു പുതുമുഖത്തെ തേടുന്ന കാലം. വയനാട്ടിലെതന്നെ ഏതാനും പെൺകുട്ടികളെ ഇതിനകം അഭിനയപരീക്ഷണം നടത്തിയെങ്കിലും ഒന്നും വിജയം കണ്ടില്ല.

കനകദുർഗ അഭിനയിക്കുന്ന നാടകം കാണാൻ നവാസ് രാമു കാര്യാ

ട്ടിനെ കൂട്ടി പോയി. തന്റെ അഭിനയം കാണാൻ *ചെമ്മീ*ന്റെ സംവിധായ കൻ വന്നുപോയതൊന്നും കനകദുർഗ അറിയുന്നില്ല. ഒരു ദിവസം ഒരു ഫോൺ വരുന്നു. രാവിലെ രാമു കാര്യാട്ടിന്റെ ഓഫീസിൽ എത്തുക. ആരാണ് ഈ രാമു കാര്യാട്ട്? അപ്പോൾ മാത്രമാണ് ആ പേര് അറിഞ്ഞു ഞെട്ടിയത്.

"വല്ലാത്തൊരു പരിഭ്രമമായിരുന്നു. അഭിനയത്തിന്റെ ഒരു ചുക്കും അറിയാതെ, ക്യാമറയുടെ മുന്നിൽനിന്ന ആദ്യദിവസംപോലും, ഞാൻ വളരെ കൂളായിരുന്നു. പക്ഷേ, ഇപ്പോൾ പേര് കേട്ട് നെർവസായി. സംവി ധായകന്റെ പേരുകേട്ട് തന്നെ ഞാൻ കിടുങ്ങി. മറ്റൊന്ന് മലയാളത്തിലേ ക്കുള്ള ആദ്യ എൻട്രിയും. തമിഴ് സിനിമാതാരങ്ങൾ എങ്ങനെ അഭിനയി ക്കണമെന്ന് പഠിക്കുന്നത് ആ കാലത്തും മലയാളസിനിമയിൽനിന്നു തന്നെ ആയിരുന്നു."

അമ്മയോടൊപ്പം കനകദുർഗ രാമു കാര്യാട്ടിന്റെ ഓഫീസിൽ എത്തി. അവിടെ ബാലു മഹേന്ദ്രയും ഉണ്ടായിരുന്നു. അധികം സംസാരിച്ചത് കുടുംബകാര്യങ്ങളായിരുന്നു. സിനിമാകുടുംബത്തിൽനിന്നു വന്ന ഒരാൾ എന്ന നിലയിൽ സിനിമാസംസാരം അധികം നീണ്ടുപോയില്ല. ആദിവാസി ഊരുകളും, അവരുടെ പ്രണയവും ഒക്കെയാണ് വിഷയം. പി വത്സല യുടെ അതേ പേരിലുള്ള നോവൽ ആയിരുന്നു *നെല്ല്*. ചിത്രത്തിന്റെ തിര ക്കഥ എഴുതിയത് രാമു കാര്യാട്ടും പിൽക്കാലത്ത് പ്രശസ്ത സംവിധാ യകനായി മാറിയ കെ ജി ജോർജ്ജും കൂടിയായിരുന്നു. സലീൽ ചൗധ രിയുടെ പ്രസിദ്ധമായ ഗാനങ്ങൾ അന്ന് *നെല്ലി*നെ ജനകീയമാക്കിയി രുന്നു. പ്രേംനസീർ, ജയഭാരതി, തിക്കുറിശ്ശി, കൊട്ടാരക്കര തുട ങ്ങിയ വലിയ താരനിരതന്നെ ചിത്രത്തിലുണ്ടായിരുന്നു.

പി വത്സല

ആദ്യകാഴ്ചയിൽത്തന്നെ രാമു കാര്യാട്ട് കുറുമാട്ടി എന്ന തന്റെ കഥാപാത്രത്തിന് കനക ദുർഗ ചേരുമെന്ന് ഉറപ്പിച്ചിരുന്നു. പക്ഷേ, ഒരു ഡിമാന്റ് അവരുടെ മുന്നിലേക്ക് വച്ചു. പത്ത് ദിവ സത്തെ ഷൂട്ടിംഗിനുശേഷം മാത്ര മേ ചിത്രത്തിൽ നിങ്ങൾ തുടര ണമോ വേണ്ടയോ എന്ന് തീരുമാ നിക്കുകയുള്ളൂ എന്ന് പറഞ്ഞു

കൊണ്ടായിരുന്നു ആ കാഴ്ച അവസാനിപ്പിച്ചത്. ഒരു മാസത്തിനുശേഷം വയനാട്ടിൽ ചിത്രീകരണം ആരംഭിച്ചു. ഗാനരംഗങ്ങൾ ഉൾപ്പെടെ ആദ്യത്തെ ദിവസങ്ങളിലെ ചിത്രീകരണം കനകദുർഗയെ കേന്ദ്രീകരിച്ചായിരുന്നു. ക്യാമറാ കണ്ണിലൂടെ കണ്ട കുറുമാട്ടിയുടെ മുഖവും വലിയ കണ്ണുകളും ബാലുമഹേന്ദ്രയ്ക്ക് ഓക്കെ ആയിരുന്നെങ്കിലും, അവസാന തീരുമാനം സംവിധായകന്റേതാണല്ലോ.

ആഴ്ചകൾക്കുശേഷം ചിത്രീകരിച്ച സീനുകളുടെ റഷസ്സ് കണ്ടു. കനകദുർഗയുടെ അഭിനയത്തെക്കുറിച്ച് ആർക്കും എതിർ അഭിപ്രായം ഇല്ലായിരുന്നു. പ്രത്യേകിച്ച് രാമു കാര്യാട്ടിന്. കുറുമാട്ടിയെ നന്നായി ഇഷ്ടപ്പെട്ടു. അങ്ങനെ കനകദുർഗയെ രണ്ടായിരം രൂപ പ്രതിഫലത്തിൽ *നെല്ലിൽ* കുറുമാട്ടി ആയി ഉറപ്പിച്ചു.

"*നെല്ല്* വല്ലാത്തൊരു അനുഭവം ആയിരുന്നു. എനിക്ക് തോന്നുന്നു കേരളത്തിലെ ആദിവാസിസമൂഹത്തെ കേന്ദ്രീകരിച്ചെടുത്ത ആദ്യ സിനിമയും *നെല്ലാ*യിരിക്കും. നേരത്തെ വയനാട് കാണുകയോ ആദിവാസിജീവിതങ്ങൾ മനസ്സിലാക്കുകയോ ചെയ്യാത്ത എനിക്ക് കുറുമാട്ടി വെല്ലുവിളി ആയിരുന്നു. രാമു കാര്യാട്ട് സാർ പറഞ്ഞതുപോലെ ചെയ്തു. അതിനെ അഭിനയം എന്നു പറയാൻ പറ്റുമോ? ഓരോ സീനും സാറ് കൂടുതൽ എക്സ്പ്ലെയിൻ ചെയ്തു തരും. ഷൂട്ടിംഗ് നടക്കുന്നതിനിടയിൽ ചുറ്റിനും ഇത്തരം കുറുമാട്ടി സ്ത്രീകൾ നിരവധി വന്നുനിൽക്കുന്നുണ്ടാവും. അവരെ ഞാൻ പഠിച്ചു. ചില നോട്ടം, ചിരി, കണ്ണിറുക്കൽ, അങ്ങനെ പലതും. അതിൽനിന്നാണ് കുറുമാട്ടി ജീവിച്ചുതുടങ്ങിയത്.

നെല്ല് റിലീസ് ചെയ്യുന്നതിനുമുമ്പ് പി എൻ മേനോന്റെ *മഴക്കാറി*ൽ അഭിനയിക്കാൻ കരാർ ചെയ്തിരുന്നു. മധു ആണ് നായകൻ. *നെല്ല്* എന്ന കന്നി ചിത്രത്തിലൂടെ കനകദുർഗ മലയാള സിനിമാ പ്രേക്ഷകരുടെ ഇഷ്ടതാരമായി സ്ഥാനം ഉറപ്പിച്ചിരുന്നു. ഒരന്യഭാഷാനടിയുടെ സ്ഥാനമല്ല അവർക്ക് ഇവിടെനിന്നും കിട്ടിയത്. കേരളത്തിൽ ജനിച്ചുവളർന്ന ഒരാളായിത്തന്നെ പ്രേക്ഷകർ കണ്ടതും കയ്യടിച്ചു പ്രോത്സാഹിപ്പിച്ചതും മറക്കാനാകാത്ത അനുഭവമാണ്. *നെല്ലും, മഴക്കാറും* കഴിഞ്ഞ ഉടനെ ബാലചന്ദ്രമേനോൻ ആദ്യമായി സംവിധാനം ചെയ്ത *ഉത്രാടരാത്രി*യിലും പ്രധാന കഥാപാത്രമായിത്തന്നെ കനകദുർഗ മലയാള സിനിമയിൽ വീണ്ടും എത്തി. തുടക്കം കുറിച്ചത് തെലുങ്കിലായിരുന്നെങ്കിലും തെലുങ്കും, തമിഴും ഈ നടിയെ ഇതിനകം മറന്നിരുന്നു. മലയാളം ഒരു ദത്തുപുത്രിയെപോലെ സ്വീകരിച്ചു. വളരെ കുറച്ച് കാലമേ മലയാള സിനിമയിൽ ഉണ്ടായിരുന്നുള്ളൂ എങ്കിലും അറുപതോളം ചിത്രങ്ങളിൽ അഭിനയിച്ചു. അതും ഒന്നാംകിട നായകന്മാരോടൊപ്പമുള്ള സിനിമകൾ. ഒരിക്കലും ടൈപ്പ് കഥാപാത്രങ്ങൾ സ്വീകരിച്ചില്ല. വ്യത്യസ്ത കഥാപാത്രങ്ങൾ തന്നെ അവരെ തേടിയെത്തി. എങ്കിലും കനകദുർഗയുടെ ഗ്ലാമർ വേഷങ്ങൾ തന്നെയായിരുന്നു മലയാളികൾക്ക് കൂടുതൽ ഇഷ്ടം.

കനകദുർഗയെ ഒരു താരമായി വളർത്തിയ ഇതേ മണ്ണ് തന്നെയാണ് ജീവിതസഖാവിനെയും അവർക്ക് സമ്മാനിച്ചത്. പ്രശസ്ത ഛായാഗ്രാഹകനായ ഹേമചന്ദ്രനായിരുന്നു അവരെ വിവാഹം ചെയ്തത്. അതൊരു പ്രണയവിവാഹമായിരുന്നു. *ഉത്രാടരാത്രി*യിൽ അഭിനയിക്കുമ്പോഴാണ് ആ പ്രണയം മൊട്ടിട്ടുതുടങ്ങിയത്. കനകദുർഗ എന്ന അഭിനേത്രിയിലേക്ക് ക്യാമറ തിരിച്ചു വയ്ക്കുമ്പോൾ സിനിമയിലെ ഒരു കഥാപാത്രമായാണ് ഹേമചന്ദ്രൻ ആദ്യം കണ്ടത്. പിന്നീട് തുടർച്ചയായുള്ള കാഴ്ചകൾ അവരുടെ മനസ്സുകളിൽ അനുരാഗമായി വളർന്നു.

"എങ്ങനെ ആയിരുന്നു ആ പ്രണയം പൂത്തുലഞ്ഞതും വിവാഹത്തിൽ എത്തിയതും?"

"നല്ല രസമുള്ള കഥ ആയിരുന്നു. *ഉത്രാടരാത്രി*യുടെ ഷൂട്ടിംഗ് നടക്കുമ്പോൾ ഹേമൻ ലൈറ്റ് റീഡിംഗ് എടുക്കാൻ അസിസ്റ്റന്റിനെ അയക്കും. സാധാരണ ക്യാമറാമാൻ തന്നെയാണ് അത് പരിശോധിക്കുന്നത്. ഇത് ഒരു ജാടയായി എനിക്ക് തോന്നി. ഞാനും വലിയ ആർട്ടിസ്റ്റുതന്നെ. എന്തുകൊണ്ട് ക്യാമറാമാൻ എന്റടുത്ത് വന്ന് ലൈറ്റ് റീഡു ചെയ്യുന്നില്ല. എനിക്കൊരു വാശിയായി. ഒരു കൈ നോക്കിയിട്ടുതന്നെ കാര്യം. ഹേമനോട് അങ്ങോട്ട് കേറി സംസാരിക്കാൻ തുടങ്ങി. ക്യാമറയുടെയും, ലൈറ്റിംഗിന്റെയും ഒക്കെ സംശയങ്ങളാണ് ആദ്യം ചോദിച്ചത്. പിന്നെ വീട്ടുവിശേഷങ്ങൾ. ഞാൻ പത്ത് ചോദ്യങ്ങൾ ചോദിച്ചാൽ രണ്ടെണ്ണത്തിന് മറുപടി തരും. ബാക്കിയെല്ലാത്തിനും ആർട്ട് സിനിമയിലെപോലെ മൗനമായിരിക്കും. സത്യത്തിൽ ഹേമന്റെ ഈ നിശ്ശബ്ദതയായിരുന്നു എനിക്ക് അയാളോട് ഇഷ്ടം തോന്നാൻ കാരണം."

മൂന്ന് വർഷത്തോളം ആ പ്രണയം മുന്നോട്ടുപോയി. ഒരു ദിവസം കനകദുർഗ തന്നെ ഹേമനോട് വിവാഹ അഭ്യർഥന നടത്തി. ഒട്ടും താമസിച്ചില്ല, യെസ്സ് പറഞ്ഞു. 1981 ന് ആരും അറിയാതെ അവരുടെ വിവാഹം നടന്നു. കൊല്ലത്തുകാരനായ ഹേമചന്ദ്രന്റെ വീട്ടുകാർപോലും കാര്യം അറിയുന്നത് ആറ് വർഷത്തിനുശേഷം മാത്രമാണ്. പത്ത് വർഷമാണ് സിനിമയോടൊപ്പം കനകദുർഗ സജീവമായി നിന്നത്. വിവാഹത്തിനു ശേഷം പൂർണമായും അഭിനയജീവിതത്തിൽനിന്നും പിൻമാറുകയായിരുന്നു. സിനിമയും കുടുംബജീവിതവും ഒന്നിച്ചു കൊണ്ടുപോകാൻ അവർക്ക് താൽപ്പര്യമില്ലായിരുന്നു. ഒരു വീട്ടമ്മയുടെ ഉത്തരവാദിത്വം പൂർണാർത്ഥത്തിൽത്തന്നെ നിർവഹിക്കണമെങ്കിൽ സിനിമയെ പൂർണമായും ഉപേക്ഷിച്ചേ മതിയാകൂ.

മലയാളത്തിലും, തമിഴിലും നിറയെ സിനിമകൾ ചെയ്തുകൊണ്ടിരിക്കുന്നതിനിടയിലാണ് പെട്ടെന്നൊരു ദിവസം കനകദുർഗ സ്വയം പ്രഖ്യാപിച്ച് സിനിമയിൽനിന്നും പിൻതിരിഞ്ഞു നടന്നത്. പുതിയ ഓഫറുകൾ ഒന്നും എടുത്തില്ല. പെട്ടെന്ന് ഫീൽഡിൽനിന്നും ഈ നടി എങ്ങോട്ട് പോയി. പ്രേക്ഷകരും സിനിമാക്കാരും അന്വേഷിക്കാൻ തുടങ്ങി. അന്വേഷിക്കുന്നവരോട് തെലുങ്കിലും, കന്നഡയിലും ചിത്രങ്ങൾ ചെയ്യാനുണ്ട്. അതിന്റെ തിരക്കിലാണ് എന്നു പറഞ്ഞ് ഒഴിഞ്ഞു. സിനിമയിലേക്ക് വഴി വെട്ടിയ ശോഭനാപരമേശ്വരൻനായർപോലും പുതിയ പ്രോജക്ടുകളുമായി അവരെ നേരിൽ കണ്ടിരുന്നു. അപ്പോഴും ഒരിക്കലും നടക്കാത്ത തെലുങ്ക് പ്രോജക്ടിനെക്കുറിച്ച് പറഞ്ഞു പിൻവാങ്ങി.

വിവാഹത്തിൽ എത്തിയ സിനിമാ പ്രണയങ്ങൾ പാതിവഴിയിൽ കല

ഒരിടവേളയ്ക്കു ശേഷം കനകദുർഗ അഭിനയിച്ച ചിത്രം

ഹിച്ച് പിരിഞ്ഞ കഥകൾ അന്ന് ഏറെയുണ്ടായിരുന്നു. ഹേമചന്ദ്രൻ-കനകദുർഗ ദമ്പതികളുടെ സ്നേഹത്തിന്റെ ഇഴയടുപ്പം വളരെ ശക്തമായിരുന്നു. അവർ പരസ്പരം വിവാഹത്തിന് ശേഷവും പ്രണയിച്ചുകൊണ്ടേയിരുന്നു.

2001, ജൂൺ രണ്ടാംതീയതി കനകദുർഗയുടെ ജീവിതത്തിലെ ഇരുളടഞ്ഞ ദിവസമായിരുന്നു. ജൂണിലെ മഴയോടൊപ്പം ഒരു മരണവും ആ വീട്ടിലേക്ക് കയറി വന്നു - ഹേമചന്ദ്രനെ കൊണ്ടുപോകാൻ മാത്രം, അതിഥിയായി എത്തിയ മരണം. അന്നുവരെ സന്തോഷം നിറഞ്ഞുനിന്ന അവരുടെ ജീവിതത്തിന് തിരശ്ശീലയിട്ടുകൊണ്ട് കനകദുർഗയും ഏകമകളും ആ വീട്ടിൽ ഒറ്റപ്പെട്ടുനിന്നു.

ഹേമചന്ദ്രന്റെ മരണാനന്തര ചടങ്ങുകൾ മുഴുവൻ ചെയ്തത് കനകദുർഗ ആയിരുന്നു. അതും കേരളീയ ആചാരപ്രകാരമുള്ള ചടങ്ങുകൾ. കനകദുർഗയുടെ ഭർത്താവ് മരിച്ചു എന്നറിഞ്ഞ് സിനിമക്കാർ അന്തം വിട്ടു. കനകദുർഗ വിവാഹം കഴിച്ചോ? ആരാണ് ഭർത്താവ്? ഇത്തരം ചോദ്യങ്ങൾ മനസ്സിൽ സൂക്ഷിച്ചുകൊണ്ടായിരുന്നു നിരവധി പേർ ആ വീട്ടിലേക്ക് കയറിവന്നത്. മരണം അന്വേഷിച്ച് വീട്ടിൽ എത്തിയ കെ ബാലചന്ദർ ചോദിച്ചുവത്രേ. ഹേമന്റെ വൈഫ് എവിടെ? അവരോട് അനുശോചനം പറയണം. കരഞ്ഞുകലങ്ങിയ കണ്ണുകളുമായി കനകദുർഗ ബാലചന്ദറുടെ അരുകിൽ വരുമ്പോൾ തികച്ചും ആ കലാപ്രതിഭ ഞെട്ടിപ്പോയെന്ന് കനകദുർഗ പറഞ്ഞു. "എന്റെ സിനിമയിൽ ഹേമചന്ദ്രൻ ക്യാമറാചെയ്തിട്ടും ഇക്കാര്യം അദ്ദേഹം എന്നോട് പറഞ്ഞിട്ടേയില്ല."- എന്നത്രേ ബാലചന്ദർ പറഞ്ഞത്.

പത്തുവർഷത്തെ അവരുടെ ദാമ്പത്യജീവിതം തികച്ചും സന്തോഷകരമായിരുന്നു. ലക്ഷങ്ങൾ പ്രതിഫലം കിട്ടിക്കൊണ്ടിരുന്ന അവസരങ്ങൾ

പോലും, സ്വന്തം ഭർത്താവിനെയും കുഞ്ഞിനെയും പരിചരിക്കാൻമാത്രം ത്യജിച്ചവളാണ് കനകദുർഗ. ഹേമചന്ദ്രൻ വിവിധ ഭാഷകളിലായി അനേകം ചിത്രങ്ങൾക്ക് നിഴലും വെളിച്ചവും ചാലിച്ചെടുക്കുമ്പോഴും വീട്ടിൽ സ്നേഹനിധിയായ ഭാര്യയായി കനകദുർഗ നിറഞ്ഞുനിന്നു.

ഹേമചന്ദ്രൻ- കനകദുർഗ ദമ്പതികൾക്ക് ഒരു മകൾ, മാനസി. അമ്മയെപ്പോലെയല്ല. പഠിക്കാൻ മിടുക്കി ആയിരുന്നു. സൈക്കോളജി വിദ്യാർഥിയായി പഠിച്ചുകൊണ്ടിരിക്കുമ്പോഴാണ് അഭിനയത്തിലുള്ള താൽപ്പര്യം തുറന്ന് പറഞ്ഞത്.

"എനിക്ക് കാശ് സമ്പാദിക്കണം, പ്രശസ്തി വേണം, അതിന് അഭിനയിക്കണം. എന്റെ വഴി തടയരുത്." ഹേമന്റെ മരണശേഷം മകൾ അമ്മയോട് തുറന്നു പറഞ്ഞു. മകളെ പഠിപ്പിച്ച് സൈക്കോളജിയിൽ പി എച്ച് ഡി എടുപ്പിക്കണമെന്നായിരുന്നു അമ്മയുടെ ആഗ്രഹം. പക്ഷേ, മകൾ പഠനം ഉപേക്ഷിച്ചു. സ്വന്തം ഇഷ്ടപ്രകാരം അഭിനയത്തിലേക്കുള്ള കരുക്കൾ നീക്കി. മേക്കപ്പ് ടെസ്റ്റും, ഫാഷൻ ഷോയും ഒക്കെയായി സ്വന്തം വഴിവെട്ടി നടന്നു. വീട്ടിൽ നീറിപ്പിടയുന്ന ഒരമ്മ.

"അവൾ പഠിച്ച് ഒരു ഫാമിലിയായി ജീവിക്കണമെന്നായിരുന്നു ആഗ്രഹം. എന്റെ ആഗ്രഹത്തിന് ഒരു വിലയും ഇല്ലായിരുന്നു. അവളുടെ വഴിയിൽ തടസ്സമായി നിന്നാൽ വീടുവിട്ട് പോകുമെന്ന് അവൾ തുറന്നു പറഞ്ഞു. എനിക്ക് വേറെ വഴിയില്ല, തുണയായി വേറെ ആരും ഇല്ലല്ലോ? എന്റെ സമ്മതമില്ലാതെതന്നെ അവൾ ഫീൽഡിൽ വന്നു."

സിനിമയിലെത്തിയ മകൾ, കുറെ സിനിമകളിൽ നായികയായി. മലയാളത്തിൽ *ബിഗ്ബി, കൽക്കട്ടാ ന്യൂസ്* തുടങ്ങി അഞ്ചോളം ചിത്രങ്ങളിൽ അഭിനയിച്ചു. തമിഴിലും, തെലുങ്കിലും കുറെ ചിത്രങ്ങൾ ചെയ്തു. നടി എന്ന നിലയിൽ ഇനിയും തിളങ്ങാൻ കഴിഞ്ഞില്ല. അഭിനയത്തിനിടയിൽ വിക്രാന്ത് എന്ന നായകനെ വിവാഹവും കഴിച്ചു. അതും അമ്മയോട് ആലോചിക്കാതെയുള്ള വിവാഹം.

സങ്കടങ്ങൾ മറ്റുള്ളവരോട് പങ്ക് വയ്ക്കാൻ കനകദുർഗ ഇഷ്ടപ്പെടുന്നില്ല. തന്റെ ദുഃഖങ്ങൾ തന്റേതുമാത്രമാണ്. എന്തിന് അതൊക്കെ നാട്ടുകാരോട് പറഞ്ഞു സങ്കടപ്പെടണം? നന്നായി ഭക്ഷണം കഴിക്കണം. നന്നായി ഉറങ്ങണം. ആരെയും ചതിക്കാതെയും ആരുടെയും കുറ്റങ്ങൾ പറയാതെയും ജീവിതം തള്ളിനീക്കണം. രണ്ടുനേരം നന്നായി വ്യായാമം ചെയ്യുന്നുണ്ട്. ഭർത്താവിന്റെ മരണത്തിനുശേഷം ലോഹിതദാസിന്റെ നിർബന്ധത്തിന് വഴങ്ങി *സൂത്രധാര*നിൽ അഭിനയിച്ചു.

ആ ചിത്രത്തോടെ സിനിമ അവസാനിപ്പിച്ചു. മകൾ പ്രത്യേകം താമസിക്കുകയാണ്. സ്വന്തമായി ഒരു ലേഡീസ് ഹോസ്റ്റൽ നടത്തുന്നുണ്ട്.

അമ്പതോളം സ്ത്രീകൾ അന്തേവാസികളായുണ്ട്. അതിൽ നിന്നും കിട്ടുന്ന സമ്പാദ്യമാണ് വരുമാനം.

അഭിനേത്രിയായി, കുടുംബിനിയായി, അമ്മയായി, മുത്തശ്ശിയായി കനകദുർഗയുടെ ജീവിതം ഇന്നും തുടരുന്നു. ഇനി മോഹങ്ങൾ ഒന്നും ഇല്ല. ഒരുപാട് മുറികളുള്ള കടപ്പുറത്തെ ഇരുനില വീട്ടിൽ, ഒരു മുറിയിൽ ഭിത്തിനിറയെ ഹേമചന്ദ്രന്റെ മന്ദഹസിക്കുന്ന ഛായാചിത്രങ്ങളുടെ നടുവിൽ ആ ഓർമ്മകളുടെ പൂമരത്തണുപ്പിൽ കനകദുർഗ സുഖമായി ഉറങ്ങി ഉണരുന്നു. പാട്ട് ആസ്വദിക്കുന്നു. ഭംഗിയായി യോഗചെയ്യുന്നു. വെജിറ്റേറിയൻ ഭക്ഷണം കഴിക്കുന്നു. മലക്കറിക്കാരി പാട്ടിത്തള്ളയുമായി കളിതമാശകൾ പറയുന്നു. ഉച്ചയുറക്കത്തിന് ശേഷം കടൽക്കാറ്റുകൊള്ളാൻ കടപ്പുറത്തേക്ക് നടക്കുന്നു. എങ്കിലും സത്യത്തിൽ അവരുടെ മനസ്സു കരയുകയല്ലേ? ഭർത്താവിനെ ഓർത്ത്, മകളെ ഓർത്ത്, ഒറ്റപ്പെടലിനെ ഓർത്ത്.

ഷെറിൻ പീറ്റേഴ്സ്
നിർഭാഗ്യങ്ങളുടെ പാട്ടുകാരി

ഇന്നും ആ സമ്പന്നതയ്ക്ക് കുറവൊന്നും വന്നിട്ടില്ല. ചെന്നൈയുടെ ഹൃദയഭൂമികയിൽ കൊട്ടാരതുല്യമായ വീട്. മുറ്റം നിറയെ പൂത്തുലഞ്ഞ ചെടികൾ. ഒരു വലിയ ഗാർഡൻതന്നെ അവിടെ ഒരുക്കിയിട്ടുണ്ട്. അതിനെ പരിപാലിക്കാൻ സേവകർ. അടുക്കളയിലും പുറത്തും കൈവേലക്കാർ ഒന്നിൽ കൂടുതൽപേർ. ആളനക്കമില്ലാത്ത ഈ വീട്ടിൽ ഒരു പാട്ടുകാരി യുണ്ട്. ഹൃദയരാഗങ്ങൾക്കൊപ്പം തന്റെ മധുരശബ്ദം ചേർത്തുവച്ച്, മല യാളത്തിന്റെ മനസ്സിൽ ഇടം കണ്ട ഒരു പാട്ടുകാരി. പക്ഷേ, ഇന്ന് ഈ പാട്ടുകാരിയെ ആർക്കും ഓർമ്മയില്ല.

ഇത് ഷെറീൻ പിറ്റേഴ്സ്. നിർഭാഗ്യങ്ങളുടെ കൂട്ടുകാരി എന്ന് വിളിക്കാം. ഹൃദയം പൊള്ളിക്കുന്ന ഒരു കഥയാണ് ഷെറീൻ പിറ്റേഴ്സിന് പറയാനുള്ളത്. ഒരു പാട്ടുകാരിയുടെ പാട്ടുകൾക്കപ്പുറം കേൾക്കാതെ പോയ പ്രാണസങ്കടങ്ങളുണ്ട് ഇവർക്ക് പറയാൻ.

നമ്മുടെ ഷെറീൻ വരുകയാണ്. ഒരു വീൽച്ചെയറിലിരുന്നാണ് അവർ വരുന്നത്. മുഖത്ത് സദാ തെളിഞ്ഞുനിൽക്കുന്ന പുഞ്ചിരിയുമുണ്ട്. ഒരു

തരം പോസിറ്റീവ് വൈബ്. എത്ര നിരാശയിൽ താണുപോയവർ ആണെങ്കിലും ഒരുനിമിഷം അവരുടെ മുന്നിലിരുന്നാൽ വല്ലാത്തൊരു ഉന്മേഷം തിരിച്ചുകിട്ടും. ജീവിതം സങ്കടപ്പെട്ടും, കരഞ്ഞും കളയേണ്ടതല്ലെന്ന് അവർ കരുതുന്നു. മനസ്സ് വിങ്ങുമ്പോൾ ഉറക്കെ പാടും. അപ്പോൾ മനസ്സിൽ വല്ലാത്തൊരു എനർജി നിറയും. ഇതാണ് ഷെറീൻ പലരെയും ഉപദേശിക്കുന്നത്.

ഓടിക്കളിച്ച ഒരു ബാല്യകാലം അവർക്ക് ഉണ്ടായിരുന്നു. ഒരു പൂത്തുമ്പിയെപ്പോലെ മദ്രാസിലെ വീട്ടിൽ ഉല്ലസിച്ചു നടന്നു. നൃത്തമായിരുന്നു അവർക്ക് ഏറെ ഇഷ്ടം. അതിനായി നൃത്താധ്യാപികയെ വീട്ടിൽ വരുത്തി നൃത്തം പഠിച്ചു. പക്ഷേ, വിധി മറ്റൊന്നായിരുന്നു അവർക്ക് കരുതിവച്ചിരുന്നത്. മൂന്നാം ക്ലാസ്സിൽ പഠിക്കുമ്പോൾ പോളിയോ കാലുകളെ തളർത്തിക്കളഞ്ഞു. ചിലങ്ക കെട്ടിയ കാലുകളിൽനിന്നും അത് ഉതിർന്നു വീണു. പിന്നീട് ദിവസം ചെല്ലുന്തോറും ഇരുകാലുകളുടെയും ചലനശേഷി നഷ്ടപ്പെട്ട് തുടങ്ങി. സമ്പത്തിന്റെയും, സ്വാധീനത്തിന്റെയും ഏതറ്റംവരെയും ആ കുടുംബത്തിന് എത്തിപ്പെടാൻ കഴിയുമായിരുന്നു. പക്ഷേ, വിധിക്ക് കീഴടങ്ങാൻ അവൾ തയ്യാറെടുക്കുകയായിരുന്നു. ഇനി കാലുകളിൽ ചിലങ്കകെട്ടാൻ കഴിയില്ലെന്ന് അവളുടെ അബോധമനസ്സ് മന്ത്രിച്ചുവത്രേ. മൂന്നാംക്ലാസ് മുതൽ എട്ടാംക്ലാസ് വരെ ഒരു കോൺവെന്റിലാണ് പഠിച്ചത്. സ്കൂളിൽ പോകാതെയുള്ള പഠനം. അവിടത്തെ ടീച്ചർമാർ കുട്ടിയെ പ്രത്യേകം പഠിപ്പിച്ചു. പഠനത്തോടൊപ്പം പാട്ടിൽ താൽപ്പര്യമുണ്ടെന്ന് ടീച്ചർമാർ തിരിച്ചറിഞ്ഞു. പാട്ട് കേൾക്കാനും അതേറ്റുപാടാനും അവൾ പ്രത്യേകം ഉത്സാഹം കാണിച്ചിരുന്നു. പാട്ടിൽ താൽപ്പര്യമുണ്ടെങ്കിൽ മകൾക്ക് വേണ്ട പ്രോത്സാഹനം കൊടുക്കണമെന്ന് രക്ഷാകർത്താക്കൾ സ്കൂൾ അധികൃതരോട് ആവശ്യപ്പെട്ടു. ടീച്ചർമാർ പാട്ട് പഠിപ്പിക്കാൻ പ്രത്യേകം ടീച്ചറെയും ഏർപ്പാടാക്കി. വെല്ലൂരിൽ ചികിത്സയ്ക്ക് വരുമ്പോൾ ഡോക്ടർമാർ പാട്ട് കുട്ടി എന്നായിരുന്നു വിളിച്ചിരുന്നത്. ഓരോ ഡോക്ടർമാരും ഷെറീനെക്കൊണ്ട് ചെറിയ പാട്ടുകൾ പാടിപ്പിക്കുമായിരുന്നു. അവൾക്കും അതൊരു ആവേശമായിരുന്നു. കുടുംബത്തിൽ ആർക്കും ഇല്ലാത്ത ഒരു

ഷെറീൻ പീറ്റേഴ്സ്

സലിൽ ചൗധരി

കെ ജെ ജോയി

സിദ്ധി മകളിൽ കണ്ട് രക്ഷാകർത്താക്കൾ അതിൽ എത്രത്തോളം കൊണ്ട് എത്തിക്കാനും തയ്യാറായിരുന്നു.

തളർവാതം കാലുകളിൽനിന്നും ചിലങ്ക അഴിപ്പിക്കുമ്പോൾ ഷെറിൻ കരഞ്ഞില്ല. വിധി അതിന്റെ പ്രവൃത്തികൾ ചെയ്യട്ടെ. സങ്കടക്കടലിൽപ്പെട്ട് തകരുകയല്ല വേണ്ടത്. പ്രതിസന്ധികളെ അതിജീവിച്ച് മുന്നോട്ട് നീന്തുക, ഒടുവിൽ ഷെറിൻ നീന്തിക്കയറിയത് പാട്ടിന്റെ തീരത്തേക്കാണ്. സ്വരസ്ഥാനങ്ങൾ ഉറപ്പിച്ച് മികച്ച ഒരു പാട്ടുകാരിയാകാനുള്ള ശ്രമം അവിടെ ആരംഭിച്ചു. അതിനുവേണ്ടത് ഒരു ഗുരുനാഥനെയാണ്. ഈശ്വരാനുഗ്രഹം ലഭിച്ച ഒരു സംഗീതജ്ഞനെ കിട്ടിയതും ഷെറീന്റെ ഭാഗ്യമായി.

ചെറുപ്രായത്തിലേ പിഞ്ചുകാലുകൾ തളർന്നുപോയ ഒരു കുട്ടിയുടെ കഥ കേട്ടപ്പോൾ സംഗീതചക്രവർത്തിയായ ദക്ഷിണാമൂർത്തി പറഞ്ഞു വത്രേ. "കുഞ്ഞിന് സംഗീതമുണ്ടെങ്കിൽ ഞാൻ അവളെ പഠിപ്പിക്കാം. സംഗീതത്തിൽ ഏതറ്റംവരെയും ഞാൻ കൊണ്ടെത്തിക്കാം."

ഒൻപത് കൊല്ലം ദക്ഷിണാമൂർത്തിയുടെ കീഴിൽ സംഗീതം അഭ്യസിച്ചു. ക്ലാസ്സിക്കൽ സംഗീതക്കച്ചേരിയോട് കൂടിത്തന്നെ അരങ്ങേറ്റവും കുറിച്ചു. രോഗം, ചക്രക്കസേരയിൽ ഇരുത്തിയിടത്തുനിന്ന് പാട്ടിന്റെ സ്വരവഴികൾ പലത് പിന്നിട്ട് എത്രയോ ദൂരം സഞ്ചരിച്ചു. സംഗീതവഴിയിൽ മാർഗ്ഗം തെളിച്ച ഗുരുതന്നെ പിന്നീട് സിനിമയിലും അവസരം ഒരുക്കിക്കൊടുത്തു. *അഷ്ടമുടിക്കായൽ* എന്ന ചിത്രത്തിൽ ദക്ഷിണാമൂർത്തി സ്വാമിയുടെ സംഗീതത്തിൽ മനോഹരമായ ഒരു ഗാനം ആലപിക്കാൻ സാധിച്ചു.

'മേടമാസക്കുളിരിലാരെ നീ
മാടിവിളിക്കുന്നീ ഓളങ്ങളാൽ,

ഈ വിഷുപ്പക്ഷി തൻ
വിരഹഗാനമേ,
തീരത്തിൻ മാറിതിൽ അണിഞ്ഞു'

എന്ന് തുടങ്ങുന്ന ഗാനം ചലച്ചിത്രഗാനരംഗത്തെ പുതുശബ്ദമായിരുന്നു. പി ലീലയും, എസ് ജാനകിയും, പി സുശീലയും വെന്നിക്കൊടി പാറിച്ച് നിന്നിടത്തേക്ക് ഒരു തളിർശബ്ദം കടന്നുവന്നു. വിധിയോട് കീഴടങ്ങാൻ കഴിയാത്ത ഒരുവൾ.

ദീർഘമായ പരിശീലനത്തിന് ശേഷം മറ്റൊരു വഴിയിൽ എത്തിപ്പെട്ടിരിക്കുന്നു. അവിടെ ആദ്യഗാനം കൊണ്ടുതന്നെ പല സംഗീതസംവിധായകരുടെയും ശ്രദ്ധയിൽപ്പെട്ടു.

കടമറ്റത്തു കത്തനാരിൽ എ ടി ഉമ്മറിന്റെ സംഗീതത്തിൽ ഉടനെ തന്നെ മറ്റൊരു ഗാനവും ആലപിക്കാൻ കഴിഞ്ഞു.

'നിത്യസഹായ മാതാവേ
ലോക മാതാവേ,
നിത്യദുഃഖങ്ങൾ തൻ
കാൽവരിക്കുന്നിൽ,
ശോശന്നപ്പൂക്കൾ വിടർത്തണമേ
എന്നും ശോശന്നപ്പൂക്കൾ
വിടർത്തണമേ'

സലീൽ ചൗധരി, ഇളയരാജ, കെ ജെ ജോയി, ജെറി അമൽദേവ്, തുടങ്ങി നിരവധി സംഗീതസംവിധായകരുടെ ചിത്രങ്ങളിൽ ഗാനങ്ങൾ ആലപിക്കാൻ ഷെറിന് അവസരങ്ങൾ കിട്ടി. ഊർജ്ജസ്വലമായ ആലാപനമികവുകൊണ്ട് പാടിയ പാട്ടുകൾ എല്ലാം ശ്രദ്ധയിൽപ്പെട്ടിട്ടും എന്തുകൊണ്ടോ മലയാള സിനിമ ഈ കലാകാരിയെ വേണ്ട രീതിയിൽ പരിഗണിച്ചില്ല. പാടിയ പാട്ടുകൾ എല്ലാം ഹിറ്റായിട്ടും, അതിനൊത്ത് വളരാൻ കഴിഞ്ഞില്ല. അതിന് കാരണമായി ഷെറീൻ കരുതുന്നത് ഇങ്ങനെയാണ്.

"എന്റെ ആരോഗ്യസ്ഥിതിയിൽ അവസരങ്ങൾ തേടിപ്പോകാൻ ബുദ്ധിമുട്ടുകൾ ഉണ്ടായിരുന്നു. വീൽച്ചെയറുമായുള്ള എന്റെ യാത്ര പലർക്കും ബുദ്ധിമുട്ട് ഉണ്ടാക്കിക്കാണണം. ഹാന്റിക്യാപ്പ് എന്ന വാക്ക് കേൾക്കുമ്പോൾത്തന്നെ ചിലരുടെ നെറ്റിചുളിയുന്നത് കണ്ടിട്ടുണ്ട്. അതെന്നെ കൂടുതൽ വേദനിപ്പിച്ചു. എങ്കിലും എന്നെയും പാട്ടിനെയും ഇഷ്ടപ്പെടുന്ന കുറെ സംഗീതസംവിധായകരുണ്ടായിരുന്നു. അവരുടെ ചിത്രങ്ങളിലേക്ക് ക്ഷണിച്ചിട്ടുണ്ട്. പക്ഷേ, വിധി അവിടെയും എന്നെ തോൽപ്പിച്ചുകൊണ്ടേയിരുന്നു."

അതെ, വിധി ഈ പെൺകുട്ടിയെ നിരന്തരം വേട്ടയാടിക്കൊണ്ടേയിരുന്നു. കാലിന്റെ അവശത ദിനംപ്രതി വർധിച്ചു. ഒന്നുരണ്ട് ചിത്രങ്ങളിൽ പാടാനുള്ള അവസരങ്ങൾ അടുത്ത് വന്നപ്പോഴാണ് തുടർചികിത്സയ്ക്കായി ബാംഗ്ലൂരിലേക്ക് എത്താനുള്ള നിർദ്ദേശം വന്നത്. അവിടെ ഒരു

ഷെറീൻ പിറ്റേഴ്സ്

മിലിട്ടറി ഹവീൽദാറിന്റെ നേതൃത്വത്തിലാണ് ചികിത്സ നടത്തിയത്. ഇന്ത്യയ്ക്കും പുറത്തുമുള്ള ഒട്ടനവധി പേർ ആ ചികിത്സയ്ക്കായി എത്തിയിരുന്നു. അച്ഛനും അമ്മയും ഷെറീന്റെ ഒപ്പമുണ്ട്. അങ്ങനെ മൂന്ന് വർഷത്തെ നിരന്തരമുള്ള വിവിധ ചികിത്സകൾ നടക്കുന്നതിനിടയിലാണ് ഒരു കരുത്തായി ഷെറീന്റെ ഒപ്പം ഉണ്ടായിരുന്ന പിതാവ് മരണപ്പെടുന്നത്.

പിതാവിന്റെ ഇരുകൈകളും എപ്പോഴും ഷെറീന്റെ വീൽ ചെയറിൽ ഒരു ശക്തി ആയിരുന്നു.

അവളുടെ ജീവിതം തള്ളിനീക്കിയത് ആ പിതാവായിരുന്നു. അദ്ദേഹത്തിന്റെ പെട്ടെന്നുള്ള മരണം ഷെറീനെ ആകെ തളർത്തി. ജീവിതം തന്നെ എന്തിനാണ് എന്ന് അവൾ ചിന്തിച്ചുതുടങ്ങിയ കാലം.

മൂന്ന് വർഷത്തെ ഇടവേള കഴിഞ്ഞ് തിരികെ മദ്രാസിലെത്തുമ്പോൾ ഷെറീൻ എന്ന പാട്ടുകാരിയെ മറവിയിലേക്ക് മാറ്റിനിർത്തുകയായിരുന്നു. അവർ പാടിയ പാട്ടുകളും പഴംകഥയായി. പുതിയതായി രംഗത്ത് വന്ന സംഗീതസംവിധായകർക്ക് ആരാണ് ഈ ഷെറീൻ പിറ്റേഴ്സ്. അവർ പാടിയ പാട്ടുകൾ അവരിൽ പലരുടെയും ശ്രദ്ധയിൽ വന്നതുമില്ല. പുതിയ ഗാനതരംഗം അതുക്കും മേലെ തഴച്ചുവളർന്നു. അവർ പുതു ഈണങ്ങളും, പുതുശബ്ദങ്ങളും തേടിപ്പോയി. ഷെറീൻ എന്ന ചക്രക്കസേരയിൽ വരുന്ന ഗായികയെ എന്തിന് ബുദ്ധിമുട്ടിക്കണം.

പക്ഷേ, അതേ ചക്രക്കസേരയിൽ കയറിത്തന്നെ നിരവധി ഗാനമേളകളിലും, ലളിതഗാനം, ഡിവോഷണൽ കാസറ്റുകളിലും പാടി ചരിത്രം എഴുതി. അക്കാലത്ത് കേരളത്തിനകത്തും പുറത്തും വിദേശത്തും ഒക്കെ ഈ ചക്രക്കസേരയിൽ ഇരുന്നുതന്നെ വേദികൾ പങ്കിട്ടു. ചക്രക്ക

സേരയിൽ ഉരുണ്ടുവരുന്ന ഷെറീനെ കണ്ട് ജനം കയ്യടിച്ചു സ്വീകരിച്ചു. അതൊരു ആവേശമായിരുന്നു അവൾക്ക്. "സ്റ്റേജ് പ്രോഗ്രാമുകൾ എനിക്ക് ഒരുപാട് സന്തോഷം തന്നു. വേദനകൾ മറന്ന് പാടിയ നിമിഷങ്ങൾ. ഇന്ത്യയ്ക്കകത്തും പുറത്തും ഒരുപാട് യാത്രചെയ്തു. നല്ല തിരക്കുണ്ടായിരുന്ന ആ നല്ലകാലം. അവിടെയും എന്നെ വിജയിക്കാൻ വിധി അനുവദിച്ചില്ല. മദ്രാസിൽനിന്നും കൊച്ചിയിലേക്കോ ബോംബെയ്ക്കോ ദുബായിലേക്കോ യാത്ര ചെയ്യണമെങ്കിൽ ഒരുപാട് സന്നാഹങ്ങളും, ആൾ സഹായവും വേണ്ടി വന്നു. സ്റ്റേജിൽ കയറാനും ഇറങ്ങാനുമുള്ള ബുദ്ധിമുട്ടുകൾ വേറെയും. മമ്മിയെക്കൊണ്ടുമാത്രം ഇതിനായില്ല. ദൈവം നിശ്ചയിച്ചതുപോലെ തന്നെ നടക്കട്ടെ. ഞാൻ പിൻവാങ്ങി. ഇനി സ്റ്റേജുകളിലേക്ക് ഇല്ല. പക്ഷേ, എന്നെ അറിയുന്നവർക്ക്, ബന്ധുക്കൾക്ക് എന്റെ തീരുമാനം വല്ലാത്ത വേദന ആയിരുന്നു.

ഷെറീൻ പിറ്റേഴ്സ് എന്ന പാട്ടുകാരിയുടെ തിളക്കം ചുരുങ്ങിയ കാലം കൊണ്ട് സ്വയം അവസാനിപ്പിച്ചു. പുറംലോകത്തെ പ്രകാശവൃത്തങ്ങൾ നഷ്ടമായപ്പോൾ വീട്ടിലെ ഇത്തിരി വട്ടത്തിലേക്ക് അവൾ ഒതുങ്ങിക്കൂടുകയായിരുന്നു. പാടിയ പാട്ടുകൾ വീണ്ടും വീണ്ടും കേട്ടുകൊണ്ട്, ആ നല്ല ഓർമ്മകളെ താലോലിച്ചുകൊണ്ട് ദൈവ വഴികളിലൂടെയുള്ള സഞ്ചാരമാണ് പിന്നെ കണ്ടത്.

ഒരു നല്ല കുടുംബജീവിതം ഇവർ ആഗ്രഹിച്ചിരുന്നു. തന്റെ ശാരീരിക അവശതകൾ അംഗീകരിച്ചുകൊണ്ട് കൈപിടിക്കാൻ എത്തുന്ന പുരുഷനായി അവർ കാത്തിരുന്നിരിക്കാം. വിവാഹമെന്നത് സഫലമാകാതെ പോയ ഒരു സ്വപ്നം മാത്രമാണ് ഷെറീന്. എങ്കിലും ഈ വലിയ വീട്ടിൽ അവർ ഏകയല്ല. ഒറ്റപ്പെട്ടുപോയ ഒരാളുമല്ല. സഹോദരന്മാരോ സഹോദരിമാരോ ഇല്ലാത്ത ഏകമകൾ ആയിട്ടും അമ്മയുടെ സഹോദരി ഷെറീന്റെ ചെറുപ്പകാലം മുതൽ കൂട്ടിനുണ്ട്. പിന്നെ ഒന്നിലധികം സ്നേഹനിധികളായ പരിചാരികമാരും.

അനവധി കഴിവുകൾ ഉണ്ടായിട്ടും ഭാഗ്യക്കേട് കൊണ്ടുമാത്രം പുറംതള്ളപ്പെട്ടുപോയ ഒരു ഗായികയാണ് ഷെറീൻ പിറ്റേഴ്സ്. ഇടിച്ച് കയറി കൂടുതൽ അവസരങ്ങൾ കണ്ടെത്താൻ ശരീരസ്വാതന്ത്ര്യം വിപരീതമായി നിൽക്കുകയും ചെയ്തു.

"പലപ്പോഴും വിധിയോട് ഞാൻ ചോദിച്ചിട്ടുണ്ട്. എന്തിന് എന്നെ ഇങ്ങനെ ആക്കിത്തീർത്തു. മൂന്ന് വയസ്സു വരെ എനിക്ക് ശരീരസ്വാതന്ത്ര്യം തന്നതല്ലേ. പിന്നെ എന്തിന് എന്നെ തളർത്തിക്കളഞ്ഞു."

സിനിമാലോകം പൂർണ്ണമായും അവഗണിച്ചപ്പോൾ ആത്മാവിഷ്കാരത്തിന് തെരഞ്ഞെടുത്തതാണ് ചിത്രരചന. നിറം കെട്ടുപോയ തന്റെ ജീവിതത്തിന് പുതിയ അർത്ഥം തേടുംപോലെ, വർണ്ണങ്ങൾ ചാലിച്ചെടുക്കുകയാണ് ഷെറീനിപ്പോൾ. വരകളുടെ ലോകത്തേക്ക് വഴിമാറിപ്പോയപ്പോഴും ചുണ്ടുകളിൽ ആ പാട്ടുകളുടെ ഈണം മുറിഞ്ഞിരുന്നില്ല. നാല് ചുവരുകൾക്കുള്ളിൽ ഉറക്കെ ഉറക്കെ അവർ പാടി.

പുതിയകാലത്തെ പുതുസ്വരങ്ങൾ കൊണ്ട് നിറയുമ്പോൾ ഇന്ന ലത്തെ ഈ പാട്ടുകാരിക്ക് നഷ്ടസ്വപ്നങ്ങളിൽ ജീവിക്കാനാണ് വിധി. ഇനിയൊരു ജന്മം ഉണ്ടാവുമോ? എങ്കിൽ പാട്ടുകാരിയായിത്തന്നെ ജീവിക്കണമെന്നായിരിക്കും ഷെറീൻ ആഗ്രഹിക്കുന്നത്.

നിലമ്പൂർ ഐഷ
വിപ്ലവത്തിന്റെ തീച്ചൂളയിൽനിന്നും ഗദ്ദാമയിലേക്ക്

കലാകേരളത്തിന് വളരെ അടുത്തറിയാവുന്ന ഒരു കലാകാരിയാണ് ഇത്. മലബാറിന്റെ മണ്ണിൽ പിറന്ന് കേരളത്തിനൊപ്പവും, അതിനപ്പുറവും വളർന്ന കലാകാരി. നിലമ്പൂർ ഐഷ എന്നാണ് ഈ താരത്തിന്റെ പേര്. സോഷ്യലിസ്റ്റ് സ്വപ്നങ്ങൾ മലയാളമണ്ണിൽ ആദ്യ വേരോട്ടം തുടങ്ങിയ കാലത്ത്, മതത്തിന്റെ വിലക്കുകൾ പൊട്ടിച്ച്, കലാലോകത്തേക്ക് കയറി വന്ന ഒരാൾ. ഒരുപാട് അറിയുമ്പോഴും ഒട്ടും അറിയപ്പെടാതെപോകുന്ന ഒരാളുടെ ജീവിതമുഹൂർത്തങ്ങളാണ് ഇനി വായിക്കപ്പെടേണ്ടത്.

വർഷങ്ങൾ പിന്നിലേക്ക് പോകുമ്പോൾ മലപ്പുറം ജില്ലയിലെ നിലമ്പൂർ എന്ന ഗ്രാമത്തിലെ ഏറ്റവും സമ്പന്നമായ കുടുംബം. മണിമാളികയും ആനയും ആനക്കാരും. അടുക്കളപ്പണിക്കും, പുറംപണിക്കുമായി മതമൈത്രിയുടെ അടയാളമായി ഹിന്ദു മുസ്ലീം ക്രിസ്ത്യൻ ജോലിക്കാർ; അതും പത്തോളം പേർ. അവർക്ക് വൈകിട്ട് നാലുമണിവരെ മാത്രമേ പണി ഉള്ളൂ. അതിനുശേഷം എല്ലാവരും തറവാട്ടുമുറ്റത്ത് ഒത്തുകൂടണം. അവരിലെ കലാവിരുന്ന് തന്റെ മക്കൾക്കും സമുദായത്തിനും കാണാനും

പഠിക്കാനുമുള്ള അവസരം ഒരുക്കുകയായിരുന്നു ഈ വാപ്പ ചെയ്തിരുന്നത്. ജാതിമതത്തിനപ്പുറമുള്ള ഒരു ചിന്ത ഐഷയുടെ വാപ്പ സ്വപ്നം കണ്ടിരുന്നു. പണിക്കാർ തറവാട്ടുമുറ്റത്ത് പ്രദർശിപ്പിച്ച കലാവിരുന്നിൽ നിന്നാണ് ഐഷ എന്ന പതിമൂന്നുകാരി കലാലോകത്തേക്ക് ചിറക് വിടർത്തി പറന്നുയരാനുള്ള ഊർജ്ജം കണ്ടെത്തിയത്.

വാപ്പയുടെ പെട്ടെന്നുള്ള മരണം കുടുംബത്തെ വല്ലാതെ ഉലച്ചു. സമ്പന്നതയുടെ ഉയരങ്ങളിൽനിന്നും ദാരിദ്ര്യത്തിലേക്കുള്ള പതനം. അത്തരമൊരു ജീവിതസഞ്ചാരം ഐഷയുടെ കൗമാരജീവിതത്തെ ബാധിച്ചു. പകുതിവഴിയിൽ വിദ്യാഭ്യാസം നിലച്ചു. നല്ല വസ്ത്രങ്ങൾക്കും, സ്വപ്നങ്ങൾക്കും മങ്ങലേറ്റു. ഇനി എന്ത്? അതായിരുന്നു അവരുടെ മനസ്സിൽ നീറിക്കൊണ്ടിരുന്നത്.

ഐഷ പറയുന്നു. “പട്ടിണിയിൽനിന്നുള്ള പ്രതിവിധി ആയിരുന്നു കലാരംഗത്തേക്ക് ചുവടുവയ്ക്കാൻ പ്രേരിപ്പിച്ചത്. കുട്ടിക്കാലം മുതൽ തറവാട്ടുമുറ്റത്ത് കണ്ട കലാസായാഹ്നങ്ങൾ, മതത്തിനതീതമായ ഒത്തുചേരലുകൾ എന്നെ ഒരു കലാകാരിയാക്കി. വാപ്പയുടെ മരണത്തോടെ ഞങ്ങൾ പാപ്പരായി. പല കാരണങ്ങൾ കൊണ്ടും സ്വത്തുക്കൾ അന്യാധീനപ്പെട്ടു. കാളവണ്ടികളും ആനയും എല്ലാം ഓരോ ദിവസവും പടിയിറങ്ങി പോകുന്നത് നോക്കിനിന്നു. ഒടുവിൽ തറവാടും കൈവിട്ടു പോയപ്പോൾ എങ്ങോട്ട് പോകണമെന്ന ചിന്തയാൽ ഞങ്ങൾ മക്കൾ സ്തംഭിച്ചുനിന്നു. മുസ്ലീം സമുദായത്തിൽ ജനിച്ചിട്ടും, ആ മതത്തിന്റെ ചിട്ടയ്ക്കൊത്ത് ജീവിച്ചിട്ടില്ലാത്ത പുരോഗമനവാദിയായ വാപ്പയുടെ പല പ്രവൃത്തികൾക്കും സമുദായം എതിരായിരുന്നു. ഇക്കാര്യങ്ങൾ കൊണ്ടു തന്നെ ബന്ധുക്കളും ഞങ്ങളെ കൈയൊഴിഞ്ഞു.”

മുസ്ലീംസ്ത്രീകൾക്ക് വീടുവിട്ട് പുറത്തിറങ്ങാൻ സ്വാതന്ത്ര്യം ഇല്ലാത്തകാലത്ത് കൗമാരം കടന്നുവരാത്ത ഒരു പെൺകുട്ടി, മാമൂലുകളെ സധൈര്യം മറികടന്ന് നാടകവേദിയിലേക്ക് വന്നെത്തുകയായിരുന്നു. അന്ന്, ഗ്രാമത്തിൽ ആദ്യമായി ഒരു നാടകസമിതി രൂപം കൊണ്ടു. അഭിനയം കൈമുതലായി ഉണ്ടോ എന്ന് ഉറപ്പില്ലാതിരുന്നിട്ടും ഐഷയുടെ ജ്യേഷ്ഠൻ ആ സമിതിയുടെ ഭാഗമായി പ്രവർത്തിക്കാൻ തീരുമാനിച്ചു. *ഇജ്ജ് നല്ല മനുഷ്യനാകാൻ നോക്ക്* എന്ന നാടകത്തിൽ ഒരു വേഷം അഭിനയിച്ചുകൊണ്ട് ജ്യേഷ്ഠൻ കലാലോകത്തേക്ക് കടന്നുവന്നു. രഹസ്യസങ്കേതത്തിലാണ് നാടകറിഹേഴ്സൽ നടക്കുന്നത്. സമുദായത്തിലെ അനാചാരങ്ങളെയും ജന്മി കുടിയാൻ ബന്ധങ്ങളെയും കുറിച്ചുള്ളതാണ് നാടകത്തിന്റെ ഇതിവൃത്തം.

1950 കളിൽ മുസ്ലീംസ്ത്രീകൾക്ക് സമുദായവിലക്കുകളിൽനിന്നും പുറത്തുകടക്കാൻ കഴിയാത്ത സാഹചര്യത്തിലാണ് ഐഷ കലാലോ

കത്ത് അരങ്ങേറ്റം കുറിക്കുന്നത്. അതിനൊരു കാരണക്കാരൻ ഇ എം എസ് ആയിരുന്നു. *ഇജ്ജ് നല്ല മനുഷ്യൻ ആകാൻ നോക്ക്* നാടകത്തിന്റെ റിഹേഴ്സൽ ക്യാമ്പിലെത്തിയ ഇ എം എസ് പറഞ്ഞു "സ്ത്രീകഥാപാത്രങ്ങളെ പുരുഷന്മാരാണ് അവതരിപ്പിക്കുന്നത്. എന്തുകൊണ്ട് സ്ത്രീകളെ അതിലേക്ക് കൊണ്ടുവരുന്നില്ല. അതിനുവേണ്ടി നിങ്ങൾ ശ്രമിക്കണം."

ഇ എം എസിന്റെ വാക്കുകളിൽനിന്ന് പ്രചോദനം ഉൾക്കൊണ്ട്, നാടകകൃത്തായ ഇ കെ അയമൂവും സംഘവും നിലമ്പൂരിൽത്തന്നെ അനുയോജ്യരായ കലാകാരികളെ തിരയാൻ തുടങ്ങി. അന്നത്തെ നാടകനടൻ നിലമ്പൂർ ബാലന്റെ അനന്തരവളായ ജാനകിയെ ഈ നാടകത്തിൽ ഒരു വേഷത്തിനായി തിരഞ്ഞെടുത്തു. എന്നാൽ, അപ്പോഴും നാടകത്തിലെ നായികാകഥാപാത്രമായ ജമീലയ്ക്ക് അനുയോജ്യമായ ഒരാളെ കണ്ടെത്താൻ സംഘാടകർക്ക് കഴിഞ്ഞില്ല. ഏതെങ്കിലും സ്ത്രീയോട് അഭിനയിക്കണമോ എന്ന് ചോദിച്ചാൽ, നാടകത്തിലോ, അയ്യോ ഞാനില്ല എന്ന മറുപടിയാണ് പലരും പറഞ്ഞൊഴിഞ്ഞത്. നല്ല പ്രതിഫലം വാഗ്ദാനം ചെയ്തിട്ടും ആരും മുന്നോട്ട് വന്നില്ല.

"ഒരു ദിവസം അയമൂവും, ജ്യേഷ്ഠനും കൂടി വീട്ടിലേക്ക് വരുമ്പോൾ, ഗ്രാമഫോൺ പെട്ടിയിൽനിന്നും ഒരു ഹിന്ദി പാട്ട് കാണാതെ പഠിക്കുകയായിരുന്നു ഞാൻ. പാട്ടിനൊത്ത് ഉറക്കെ പാടുകയും ചുവടുകൾ വയ്ക്കുകയും ചെയ്തിരുന്നു. ഇതു കണ്ട് അവർ കയ്യടിച്ചു. ജ്യേഷ്ഠനോട് ചോദിക്കുന്നത് കേട്ടു, ഇവളെ നമുക്ക് അഭിനയിപ്പിച്ചാലോ എന്ന്. ജ്യേഷ്ഠൻ പറഞ്ഞു, ഐഷയ്ക്ക് സമ്മതമാണെങ്കിൽ കൊണ്ടുപോകാമെന്ന്. ജ്യേഷ്ഠൻ എന്നെ മാറ്റിനിർത്തി ഇക്കാര്യം പറഞ്ഞു. പൂർണസമ്മതത്തോടെ മാത്രമേ ഈ രംഗത്തേക്ക് വരാവൂ. എനിക്ക് രണ്ട് വട്ടം ആലോചിക്കേണ്ടി വന്നില്ല. തയ്യാർ എന്നുറക്കെ പറഞ്ഞു. അങ്ങനെയാണ് 1952 കാലത്ത് ഞാൻ നാടകരംഗത്തേക്ക് പ്രവേശിക്കുന്നത്."

കെട്ടുറപ്പുള്ള ഒരു സമുദായത്തിൽനിന്ന്, പേരും പെരുമയുമുള്ള ഒരു കുടുംബത്തിൽനിന്ന് തീരെ ഇളം പ്രായത്തിലുള്ള ഒരു പെൺകുട്ടി അന്നത്തെ സാമൂഹിക ചുറ്റുപാടിൽ തികച്ചും ഹറാമായ നാടകരംഗത്തേക്ക് ഇറങ്ങി പുറപ്പെടുകയാണ്. അവിടെ നേരിടാൻ പോകുന്ന ഭവിഷ്യത്തുകൾ എന്താകും എന്നൊന്നും ഐഷ ചിന്തിച്ചില്ല. അമ്മയും നാട്ടുകാരും അറിയാതെ വേണം റിഹേഴ്സൽ ക്യാമ്പിലെത്താൻ. ധൈര്യം പകർന്ന് ജ്യേഷ്ഠൻ ഒപ്പം ഉണ്ട്. വീട്ടിലുള്ളവർ ഉറങ്ങിക്കഴിയുമ്പോൾ ജ്യേഷ്ഠൻ വന്ന് കൂട്ടിക്കൊണ്ട് പോകും. വിജനമായ ഒരു സ്ഥലത്ത് വച്ചാണ് റിഹേഴ്സൽ നടക്കുന്നത്. ഒരുപാടു നടന്നുവേണം അവിടെ എത്താൻ. വെളുപ്പിന് മൂന്നു മണിക്ക് മുമ്പ് വീട്ടിൽമടങ്ങി എത്തുകയും

നിലമ്പൂർ ഐഷ

വേണം. അങ്ങനെ ലോകം അറിയാതെ പതിനേഴ് ദിവസം കൊണ്ട് റിഹേഴ്സൽ പൂർത്തിയാക്കി. അഭിനയത്തിന്റെ മുൻപരിചയം ഒന്നുമില്ലാതെ ഐഷ മിന്നുന്ന പ്രകടനം റിഹേഴ്സൽ കാലത്ത് പ്രകടിപ്പിച്ചുകണ്ടപ്പോൾ സംവിധായകനും സഹനടന്മാർക്കും എന്തെന്നില്ലാത്ത ആശ്ചര്യവും അഭിമാനവും തോന്നി.

കോഴിക്കോടിനടുത്തുള്ള ഫറൂക്കിലെ ലക്ഷ്മി തിയേറ്ററിലാണ് നാടക അരങ്ങേറ്റം. തലേദിവസത്തെ പത്രങ്ങളിലും പോസ്റ്ററുകളിലും നാടകത്തെക്കുറിച്ചുള്ള ഗംഭീരപരസ്യം വന്നുകഴിഞ്ഞിരുന്നു. 'ഏറനാടിന്റെ വിരിമാറിൽനിന്നും ഐഷ എന്ന പെൺകുട്ടി നാടകത്തിലേക്ക് വരുന്നു' ഇതായിരുന്നു തലക്കെട്ട്. ഐഷ എന്ന പേര് കേട്ട് ജനം അമ്പരന്നു. പ്രത്യേകിച്ച് മുസ്ലീം സമുദായം. ഇത് എങ്ങനെ അംഗീകരിക്കാൻ പറ്റും? അവർ പരസ്പരം പറഞ്ഞു എന്ത് വില കൊടുത്തും നാടകം തടയണം. ഒരു കൂട്ടം ആളുകൾ തീരുമാനിച്ചുറപ്പിച്ചു.

തിയേറ്ററിന്റെ മുന്നിൽ ഐഷയും സംഘവും വന്നിറങ്ങുമ്പോൾ, തിയേറ്ററിനകത്തും പുറത്തും വൻ തിരക്കായിരുന്നു. എന്തൊക്കെയോ സംഭവിക്കാൻ പോകുന്നതിന്റെ സൂചനകൾ, കർട്ടൻ കെട്ടുകാരും, മൈക്ക് സംഘവും ഒക്കെ, ഐഷ ഒഴികെ മറ്റ് നാടകപ്രവർത്തകർക്ക് വിവരം നൽകിയിരുന്നു. അവിടെ കൂടിയിരുന്ന വലിയൊരു കൂട്ടം ആളുകളും നാടകം തടയാൻ എത്തിയവരായിരുന്നു. ഐഷയ്ക്ക് നേരെ മാരകായുധ ആക്രമണവും പ്രതീക്ഷിക്കാം. ഇതൊന്നും അറിയാതെ പതിനാറ് വയസ്സുമാത്രം പ്രായമുള്ള ഐഷ മേക്കപ്പ് ഇടുകയാണ്. ദീർഘമേറിയ സംഭാഷണങ്ങൾ മനനം ചെയ്ത് ഉറപ്പിക്കുകയാണ്. പുറത്തെ ആരവങ്ങൾ ഒന്നും അവളുടെ ചെവിയിൽ കേൾക്കുന്നില്ല. മനസ്സും ശരീരവും ജമീലയ്ക്കായി തയ്യാറെടുക്കുക ആയിരുന്നു. കർട്ടൻ ഉയർന്നു. മികച്ച പ്രക

ടനം കാഴ്ച വയ്ക്കാൻ വെമ്പുന്ന നടീനടന്മാർ. വേദിയെ പ്രകമ്പനം കൊള്ളിച്ച് അവർ മുന്നേറുകയാണ്. വേദിയിൽ ഐഷ ജമീലയായി ജീവിക്കുകയാണ്. യുദ്ധത്തിനൊരുങ്ങി നിൽക്കുന്ന ഒരു സംഘം, പ്രേക്ഷകരുടെ ഇടയിൽ ഇരിപ്പുണ്ട്. നിമിഷങ്ങൾ കഴിയുന്തോറും നാടകത്തിന്റെ പ്രമേയം അവരെ പിടിച്ചിരുത്തി. ജന്മിമാർക്കും, അനാചാരങ്ങൾക്കും എതിരെ ചാട്ടുളി കണക്ക് ചോദ്യശരങ്ങൾ പ്രേക്ഷകർക്ക് നേരെ നാടകം എയ്തു വീഴ്ത്തുകയാണ്. കാണികളിൽ ഓരോരുത്തർക്കും ആ കഥാപാത്രം ഞാനാണോ എന്ന ചിന്ത ആയിരുന്നു. അവരുടെ തലകൾ ക്രമേണ കുനിയാൻ തുടങ്ങി.

നാടകം വൻ വിജയമായിരുന്നു. ഒരു എതിർ പ്രകടനവും നാടകം തുടങ്ങി അവസാനിക്കുന്നതുവരെ അരങ്ങേറിയില്ല. നടന്മാർക്കും, പ്രത്യേകിച്ച് ഐഷയ്ക്കും വലിയ സ്വീകരണമാണ് അന്ന് അവിടെനിന്നും കിട്ടിയത്.

നാടകം കഴിഞ്ഞ് വീട്ടിലെത്തുമ്പോൾ കുടുംബത്തിൽ അവൾ ഒറ്റപ്പെടുകയാണ്. സമൂഹം അവരെ ഒറ്റപ്പെടുത്തിയെന്ന് വേണം കരുതാൻ. പതിനാറ് വയസ്സുമാത്രം പ്രായമുള്ള ഇവൾക്ക് ഇത്രയും അഹങ്കാരമോ? സമുദായത്തിന് നേരെ ചെളിവാരി എറിയാൻ എങ്ങനെ ധൈര്യം വന്നു. ബന്ധുക്കളുടെ ചോദ്യങ്ങൾക്ക് മറുപടി പറയാൻ ഐഷ മുറി വിട്ട് പുറത്ത് വന്നില്ല. ഇനിയും ജമീലയെ എങ്ങനെ ഉജ്ജ്വലമാക്കാൻ കഴിയുമെന്നുള്ള ചിന്ത ആയിരുന്നു അപ്പോഴും. വിപ്ലവ വഴികളിലൂടെ അതിതീക്ഷ്ണമായ ജീവിത അനുഭവങ്ങളിലൂടെയാണ് ഐഷ പിന്നീട് സഞ്ചരിച്ചത്. ആരെയും ഭയക്കാതെ നിശ്ചയിച്ചുറച്ച വഴികളിലൂടെമാത്രം സഞ്ചരിച്ച് മുന്നേറുക എന്നതായിരുന്നു അവൾ എടുത്ത തീരുമാനം.

ഇജ്ജ് നല്ല മനുഷ്യൻ ആകാൻ നോക്ക് നിരവധി വേദികളിൽ അരങ്ങേറി. ഏകദേശം പതിനഞ്ചു വേദികൾ പിന്നിട്ടപ്പോൾ സംഘാടകർ തിരിച്ചറിയാൻ തുടങ്ങി. ഈ നാടകം ഇനിയും മുന്നോട്ട് കൊണ്ടുപോകാൻ കഴിയാത്തവിധം പ്രതിസന്ധികൾ വന്ന് നിറയുകയാണ്. നാടകം കളിക്കുന്ന സ്റ്റേജിൽ ആക്രമണം നടത്തുക. അതുവഴി നടീനടന്മാരെ മാനസികമായി തളർത്തുക. പകുതിയിൽ നാടകം നിർത്തിക്കുക, അവരെ ഓടിക്കുക. ഇതൊക്കെയായിരുന്നു അവർ ആസൂത്രണം ചെയ്ത് വച്ചിരുന്നത്.

ഐഷ ഓർക്കുന്നു.

"ഒരു വലിയ സംഘം എന്നെ ഉന്നം വച്ച് സ്റ്റേജിനുചുറ്റും നിലയുറപ്പിച്ചിട്ടുണ്ടെന്ന് എനിക്ക് വിവരം കിട്ടി. ഒന്ന് ശ്രദ്ധിച്ചു നിൽക്കണമെന്ന് സംവിധായകൻ ഓർമ്മിപ്പിച്ചു. കോഴിക്കോട് തെക്കെ അറ്റത്തുള്ള ഒരു ഉൾഗ്രാമത്തിൽ നാടകം കളിച്ചുകൊണ്ടിരിക്കുമ്പോൾ എനിക്ക് നേരെ ഒരു

ഐഷ അഭിനയിച്ച സിനിമ

കല്ല് ചീറിവരുന്നു. ഡയലോഗ് പറയുന്നതിനിടയിൽ ഒഴിഞ്ഞ് മാറാൻ കഴിയില്ലല്ലോ. കല്ല് നെറ്റിയിൽത്തന്നെ വന്നു തറച്ചു. തലപൊട്ടി രക്തം വാർന്ന് ഒഴുകുകയാണ്. രക്തത്തിലെ ഉപ്പുരസം നുണഞ്ഞുകൊണ്ട് അഭിനയം തുടർന്നു. ആ സീൻ കഴിഞ്ഞ് കർട്ടൻ വീഴുമ്പോൾ ഞാൻ വേദിയിൽ കുഴഞ്ഞു വീണു."

നാടകം പറയുന്ന വിഷയം അത്രയും മൂർച്ചയുള്ളതായിരുന്നു. കഥാപാത്രത്തിന്റെ ആഴം എത്ര വലുതാണെന്ന് ഐഷയും തിരിച്ചറിഞ്ഞിരുന്നു. പിന്നോട്ട് വയ്ക്കാനുള്ളതല്ല ഓരോ ചുവടും എന്ന് അവൾക്ക് ബോധ്യമുണ്ടായിരുന്നു. പല വേദികളിലും കല്ലേറും പടക്കം പൊട്ടിക്കലും ഒക്കെ നടന്നു. പക്ഷേ, ആരും പതറിയില്ല.

ആക്രമണങ്ങളുടെ പരമ്പരതന്നെ പിന്നെയും ഉണ്ടായി. മഞ്ചേരിയിൽ നാടകം കളിക്കുമ്പോൾ ഒരാൾ ഐഷയ്ക്ക് നേരെ വെടിവച്ചു. ഭാഗ്യത്തിന് ഡയലോഗ് പറഞ്ഞ് മുന്നോട്ട് നീങ്ങുമ്പോഴാണ് വെടിഉതിർത്തത്. ചലനത്തിനിടയിൽ വെടിമാറി പതിച്ചു. മണ്ണാറക്കാട്ട് അഭിനയിച്ചുകൊണ്ടിരിക്കുമ്പോൾ തൊട്ട് മുന്നിലിരുന്ന ഒരാൾ, സ്റ്റേജിലേക്ക് ഓടിക്കയറി. ഐഷയുടെ ചെകിട്ടിൽ ആഞ്ഞടിച്ച് കടന്നു കളഞ്ഞു. അടിയുടെ ശക്തിയിൽ അവൾ സ്റ്റേജിൽ മറിഞ്ഞുവീണു. കുറച്ചു നേരത്തേക്ക് ഒന്നു കേൾക്കാനോ, കാണാനോ കഴിഞ്ഞില്ല. കാഴ്ച തിരികെ കിട്ടിയെങ്കിലും ഒരു കാതിന്റെ കേൾവിക്കുറവ് ഇപ്പോഴും നിലനിൽക്കുന്നു. പക്ഷേ, അതും ഐഷയെ സംബന്ധിച്ച് ഒരവാർഡാണ്.

അന്ന് നാടകവേദികളിൽ ചെന്നെത്തണമെങ്കിൽ വള്ളത്തിലോ, ബോട്ടിലോ വേണം പോകാൻ. കാറും ബസ്സും ഉണ്ടെങ്കിലും നാടകം തടയാൻ ഇറങ്ങിപ്പുറപ്പെട്ട പ്രക്ഷോഭക്കാരെ ഭയമാണ്. ബസ്സിൽ വച്ച്

അവർ ആക്രമിച്ചേക്കാം. അല്ലെങ്കിൽ നാടകവണ്ടി തടഞ്ഞ് തീയിട്ടേക്കാം. അതു കാരണം വള്ളത്തിലും ബോട്ടിലുമാണ് അധികവും യാത്ര. നാടകസംഘങ്ങളുടെ കയ്യിൽ നിരവധി നാടകസാധനങ്ങൾ ഉണ്ടാവും. കർട്ടൻ, സെറ്റുകൾ, ചവിട്ട് ഹാർമോണിയം, അങ്ങനെ പലതും. ഗ്രാമത്തിലെ വായനശാലയിലാണ് ഇതൊക്കെ ഇറക്കി വയ്ക്കുക. അവിടെ വിദ്യാഭ്യാസം നേടിയ ഒരു സംഘം വായനശാലാപ്രവർത്തകർ ഉണ്ടായിരുന്നു. അവരുടെ ശ്രമഫലമായിട്ടാണ് നാടക ബുക്കിംഗ് ലഭിക്കുക. വായനശാലയിൽനിന്നും അന്ന് സംഘാംഗങ്ങൾ തൊട്ടടുത്തുള്ള ഗ്രാമത്തിലേക്ക് പോകും. അവിടെ വീടുവീടാന്തരം കയറിയിറങ്ങി, സ്ത്രീകളെ ബോധവൽക്കരണം നടത്തണം. അതാണ് ലക്ഷ്യം.

നിരീശ്വരരായ ഗ്രാമവാസികളോട് ഐഷയും കൂട്ടരും പറയും നിങ്ങൾക്ക് പഠിപ്പില്ല. നമ്മൾക്ക് ഉയരണമെങ്കിൽ വിദ്യാഭ്യാസം നേടിയെടുക്കണം. അതിന് വായനശാലകളിലേക്ക് പോകണം. അവിടെ പഠിച്ച ഒരാൾ നിങ്ങൾക്ക് അക്ഷരം പറഞ്ഞുതരും. സ്ത്രീകളോട് ഉറക്കെ പറയും. നിങ്ങൾ പ്രസവിക്കാനും കുടുംബം നോക്കിനടത്താനും മാത്രമല്ല അവകാശങ്ങൾ ചോദിച്ചു വാങ്ങാനും മുന്നോട്ട് വരണമെന്ന്. ഇത് കേൾക്കുന്ന നിമിഷം സ്ത്രീകൾ ഐഷയുടെ മുഖത്തേക്ക് കാർക്കിച്ചു തുപ്പുമത്രേ. അതൊന്നും അവൾ കാര്യമാക്കില്ല. നിങ്ങൾ ഞങ്ങളുടെ നാടകം ഒരു പ്രാവശ്യമെങ്കിലും കാണാൻ വരൂ. അത് ബോധ്യമാകുമെന്ന് അവൾ പറയും. അന്ന് വൈകുന്നേരം നാടകം തുടങ്ങുമ്പോൾ മുന്നിൽ സ്ത്രീകളുടെയും കുട്ടികളുടെയും വലിയ നിരതന്നെ ഉണ്ടാവും.

നാടകം കഴിഞ്ഞ് പുറത്തിറങ്ങുന്നവരെ വായനശാലാ പ്രവർത്തകർ ജാഥയായി നയിക്കും. മുന്നിൽ നിൽക്കുന്നവരുടെ കൈയിൽ കത്തിച്ച ഒരു ചൂട്ട് ഉണ്ടാവും. അത് പിന്നിലേക്ക് ഓരോരുത്തരിലേക്കും കൈമാറിക്കൊണ്ടിരിക്കും. അതൊരു സ്നേഹകൈമാറ്റമായിരുന്നു. ഇവരുടെ ഇത്തരം പ്രവർത്തനങ്ങൾക്ക് കമ്യൂണിസ്റ്റ് പാർട്ടിയുടെ ശക്തമായ പിൻതുണ ഉണ്ടായിരുന്നു. നാടകവുമായി എത്തുന്ന ഇടങ്ങളിലെല്ലാം പാർട്ടിക്കാരുടെ സംരക്ഷണവും കാവലും ഒരുക്കിയിരുന്നു. അടിയും വെട്ടും വരുന്ന വഴികൾ അവർ നേരത്തെ അറിയിക്കും. വഴിമാറി സഞ്ചരിക്കാൻ നാടകപ്രവർത്തകർക്ക് അത് ഏറെ പ്രയോജനപ്പെട്ടു.

“പതിനാറും ഇരുപതും മൈലുകൾ നടന്നുവേണം നാടകവേദികളിൽ എത്തിച്ചേരാൻ. തലയിലും ചുമലിലും നിറയെ സാധനങ്ങൾ, വിശപ്പ് കൊണ്ട് പാതയോരത്ത് തളർന്ന് ഇരുന്നിട്ടുണ്ട്. ചില സ്ഥലങ്ങളിൽ ചെല്ലുമ്പോൾ നല്ലവരായ ആളുകൾ ഞങ്ങൾക്ക് ഭക്ഷണം തരും. നിലത്ത് കുഴികുത്തി ഇല വച്ച് കഞ്ഞി പകർന്നു തരും. സത്യത്തിൽ അതിന്റെ സ്വാദ് അമൃതിനേക്കാൾ വലുതായിരുന്നു.”

എൺപതാം വയസ്സിലും അതൊക്കെ ഓർത്ത് അവരുടെ കണ്ണുകൾ ഈറനണിയുന്നു.

നാടകങ്ങളിൽ നിലമ്പൂർ ഐഷ വെറുമൊരു സാന്നിധ്യമായിരുന്നില്ല. തീജ്വാലതന്നെ ആയിരുന്നു. ഫ്യൂഡലിസത്തിനെതിരെ വിപ്ലവത്തിന് ആഹ്വാനം ചെയ്ത അവരുടെ നാടകങ്ങൾ ജനങ്ങൾ ആവേശത്തോടെ കണ്ടു. മലപ്പുറത്തെ യഥാസ്ഥിതിക മുസ്ലീം കുടുംബത്തിൽ ജനിച്ച പെൺകുട്ടിക്ക് നാടകനടിയാകാൻ കഴിയുമെന്ന് ആരും കരുതിയിരുന്നില്ല. സമുദായത്തിന്റെയും ജന്മിമാരുടെയും നിരന്തരമുള്ള ഉപദ്രവങ്ങൾക്കും, മാനസിക പീഡനങ്ങൾക്കും ഇരയായിട്ടും ഐഷ തീപ്പൊരി ആയിത്തന്നെ നിന്നു. അഭിനയത്തോടുള്ള ഇഷ്ടം എല്ലാതരം എതിർപ്പുകളെയും ദഹിപ്പിച്ചുകളഞ്ഞു. ദുനിയാവിൽ ഞാൻ ഒറ്റയ്ക്കാണ് എന്ന നാടകത്തിലൂടെ സഹോദരി ആമീനയെയും വേദിയിലെത്തിച്ച് സമുദായത്തെ വീണ്ടും ഞെട്ടിച്ചു.

വാപ്പയുടെ മരണത്തിനുശേഷം കടുത്ത ദാരിദ്ര്യത്തിൽ കഴിഞ്ഞിരുന്ന ഐഷ എന്ന പതിമൂന്നുകാരിയെ നാൽപ്പത്തിയേഴുകാരനെ കൊണ്ട് വിവാഹം കഴിപ്പിച്ചു. "എന്റെ വീട്ടിലെ ജോലിക്കാരനെ കെട്ടിയാലും ഈ മനുഷ്യനെ എനിക്ക് വേണ്ട" എന്നുറക്കെ വിളിച്ചു പറഞ്ഞു. അഞ്ചാം ക്ലാസ് മാത്രം വിദ്യാഭ്യാസം നേടിയ ഒരു പെൺകുട്ടിക്ക് ഇതിനപ്പുറം എന്ത് ചെയ്യാൻ കഴിയും? ആദ്യരാത്രിയിൽ അടുത്ത് വന്ന ഭർത്താവിനോട് നിങ്ങൾ എന്നെ തൊട്ടുപോകരുതെന്ന് ആക്രോശിച്ചു. അയാൾ കരുതിവച്ചിരുന്ന വടികൊണ്ട് അടിച്ചു വീഴ്ത്തുകയായിരുന്നു. അഞ്ചുദിവസം മാത്രം നീണ്ടുനിന്ന ദാമ്പത്യം. എന്നും ഒരുതരം ബലാത്സംഗമായിരുന്നുവത്രെ. തന്നെ അയാൾ എന്താണ് ചെയ്തതെന്നുപോലും അറിയാതെ പകച്ചു നിന്നു. ആ പതർച്ച മാനസികവിഭ്രാന്തിയിലേക്കാണ് പിന്നീട് കൊണ്ടെത്തിച്ചത്. ആരെയും അടുത്ത് വരാൻ അനുവദിച്ചിരുന്നില്ല, എപ്പോഴും മൗനമായിരുന്നു. നാട്ടുവൈദ്യന്മാർ ഭ്രാന്തിന് ചികിത്സി

ച്ചു. ആ അവസ്ഥയിലുള്ള ഒരു സ്ത്രീയെ അല്ല ഭർത്താവിന് ആവശ്യം. അയാൾ വന്ന വഴിയെ മടങ്ങിപ്പോയി. എല്ലാവരാലും ഉപേക്ഷിക്കപ്പെട്ട് കഴിയുന്ന നാളുകളിൽ ആത്മഹത്യയ്ക്ക് ശ്രമിച്ചു. സഹോദരന്റെ പെട്ടെന്നുള്ള ഇടപെടൽ ഐഷയെ ജീവിതത്തിലേക്ക് തിരിച്ചു കൊണ്ടുവന്നു. മാസങ്ങൾക്ക് ശേഷം അവൾ തിരിച്ചറിഞ്ഞു, താൻ ഗർഭിണിയാണെന്ന്. അപ്പോൾ ബന്ധുക്കൾ തിരിച്ചു ചോദിച്ചു, ഭർത്താവിനെ ഉപേക്ഷിച്ച നീ ഈ ഗർഭം എവിടുന്ന് സമ്പാദിച്ചു എന്നൊക്കെ.

ദുരന്തങ്ങൾ ഒന്നിന് പിന്നാലെ ഒന്നായി വേട്ടയാടിയ ജീവിതമായിരുന്നു അവരുടേത്. പട്ടിണിക്കാലത്ത് കൈപിടിക്കാനെത്തിയ പുരുഷൻ ഭ്രാന്തിന്റെ ലോകത്തേക്കാണ് അവളെ തള്ളിവിട്ടത്. ജീവിതം തിരിച്ചു പിടിച്ച ഐഷയുടെ പിന്നീടുള്ള ഓരോ ചുവടുവയ്പ്പും കരുതലോടെ ആയിരുന്നു.

നാടക അരങ്ങിലെ ശോഭയേറിയ നക്ഷത്രത്തിളക്കം സിനിമാലോകം കാണാതിരുന്നില്ല. ക്യാമറയുടെ മുന്നിലും അവർ അസൂയാവഹമായ അഭിനയംതന്നെയാണ് കാഴ്ചവച്ചത്. കെ ടി മുഹമ്മദാണ് സിനിമയിലേക്ക് കൊണ്ടുവരുന്നത്. *കണ്ടം ബെച്ച കോട്ട്* എന്ന ചിത്രത്തിലൂടെ ഐഷ ഒരു പുതിയ ഇമേജ് ചലച്ചിത്രരംഗത്ത് ഉണ്ടാക്കിയെടുത്തു. *കുട്ടിക്കുപ്പായ*ത്തിലെ പൊത്തച്ചി എന്ന കഥാപാത്രം അന്നത്തെ പുരുഷ കൊമേഡിയന്മാർക്കുപോലും ഒരു വെല്ലുവിളിയായിരുന്നു. ആ കഥാപാത്രത്തെക്കുറിച്ച് ഇന്നും ഐഷ നിർത്താതെ ചിരിച്ചുകൊണ്ടാണ് പറയുന്നത്.

"ചിത്രം റിലീസ് ചെയ്തതിന് ശേഷം ഞാൻ ഒന്നു രണ്ട് മരണവീടുകളിൽ പോയിരുന്നു. മരണരംഗം മറന്ന് കുട്ടികൾ എന്റെ പിന്നാലെ വന്നു കൂടി ചിരിച്ചുകൊണ്ടേയിരുന്നു. ഇത് കണ്ട് മുതിർന്നവരും ചിരിയടക്കാൻ ബുദ്ധിമുട്ടുന്നത് ഞാൻ കണ്ടു."

സുബൈദ, ഓളവും തീരവും, കുപ്പിവള തുടങ്ങി കുറെ സിനിമകളിൽ നല്ല കഥാപാത്രങ്ങൾ ലഭിച്ചു. എങ്കിലും ആ രംഗത്ത് തുടരാൻ കഴിഞ്ഞില്ല. അന്ന് സിനിമ മുഴുവൻ മദ്രാസിലായിരുന്നു. ഏക മകളുമായി ഒറ്റപ്പെട്ട ജീവിതം. അതിനിടയിൽ മദ്രാസ് ഒരു വലിയ കടമ്പ ആയിരുന്നു.

സിനിമ അല്ല, നാടകം തന്നെയാണ് സുരക്ഷിതമായ തന്റെ തട്ടകം എന്ന് കരുതി സിനിമയിലെ നിരവധി അവസരങ്ങൾ ഉപേക്ഷിച്ച് നാടകത്തിലേക്ക് മടങ്ങി വന്നു. വീണ്ടും അവസരം ഒരുക്കി സ്റ്റേജിലേക്ക് കയറ്റി നിർത്തിയത് കെ ടി മുഹമ്മദ് തന്നെ ആയിരുന്നു. അന്ന് കെ ടി പറയുമായിരുന്നു, ഒരു ദിവസമെങ്കിലും എന്റെ നാടകത്തിൽ ഒരു മുസ്ലീം സ്ത്രീയെ അഭിനയിപ്പിക്കണമെന്ന് ആഗ്രഹിച്ചിരുന്നു എന്ന്. ഐഷ വന്ന

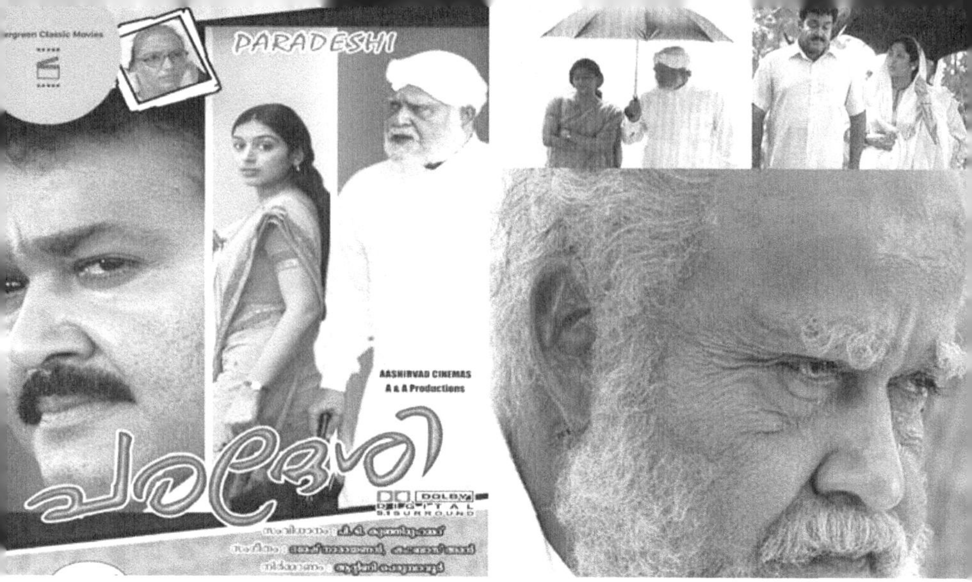

മികച്ച വേഷം ലഭിച്ച ചിത്രം

പ്പോൾ ആ ആഗ്രഹം സാധിച്ചെടുത്തു. കെ ടിയുമായുള്ള സൗഹൃദം നീണ്ടുനിന്നില്ല. സംഗമം തിയേറ്റഴ്സിന്റെ ഒരു നാടകം കളിച്ചുകൊണ്ടിരിക്കുമ്പോൾ, കെ ടിയുടെ നാല് വരി മാത്രമുള്ള കത്ത് ഐഷയ്ക്ക് കിട്ടി. “ഇതുവരെ സഹകരിച്ചതിന് നന്ദി. ഇവിടെ വച്ച് നമ്മൾ പിരിയുന്നു.” ഒരു ഞെട്ടലാണ് ആ കത്ത് വായിച്ചപ്പോൾ ഉണ്ടായത്. വീട്ടിൽ ഇരുത്താനാണോ നാടകത്തിലെത്തിച്ചത്. അക്കാലത്തെ വലിയ നാടകസമിതികൾ ഐഷയെ ഭയത്തോടെയാണ് വേഷങ്ങൾ ചെയ്യാൻ ക്ഷണിച്ചിരുന്നത്. ഏത് നിമിഷം വേണമെങ്കിലും ഒരു അറ്റാക്ക് അവർ അഭിനയിക്കുന്ന നാടകങ്ങൾക്ക് വന്നുചേരാം. കെ ടിയും കൈ ഒഴിഞ്ഞപ്പോൾ നിലമ്പൂർ ഐഷ എന്ന അഭിനേത്രി ചിറക് ഒടിഞ്ഞതുപോലെ വീട്ടിൽ ഇരുന്നു. നാടകത്തിന് വേണ്ടി തന്റെ ജീവിതം മാറ്റിവച്ചതിൽ ആത്മാർഥമായി അവർ ദുഃഖിക്കുകയും ചെയ്തു.

അനേകം മാസങ്ങൾ ഒരു തൊഴിലും ഇല്ലാതെ വീട്ടിൽത്തന്നെ ഇരുന്നു. പിന്നീട് ആ കലാകാരിയുടെ ജീവിതം മറ്റൊരു വഴിത്തിരിവിലേക്ക് വഴിമാറി പോകുകയായിരുന്നു.

നാടകം അല്ലാതെ മറ്റൊരു തൊഴിലും ചെയ്യാനറിയാതെ കടുത്ത സാമ്പത്തിക ചുറ്റുപാടിൽ കഴിയുന്ന ആ ദിവസങ്ങളിൽ, മുൻ പരിചയമൊന്നും ഇല്ലാത്ത ഒരാൾ വീട്ടിലേക്ക് വരികയാണ്. ഗൾഫിൽ ഒരു കുഞ്ഞിനെ നോക്കാൻ ആരെയെങ്കിലും കിട്ടുമോ, എന്ന് അന്വേഷിച്ചുകൊണ്ടായിരുന്നു അയാളുടെ വരവ്. ഒരു നിമിഷത്തെ ആലോചനപോലും ഇല്ലാതെ ഐഷ പറഞ്ഞു. “ഞാൻ മതിയോ?” അയാൾ ഞെട്ടിപ്പോയിട്ടുണ്ടാവും. പ്രശസ്തയായ ഒരു സിനിമാനടി ഗൾഫിൽ കുഞ്ഞിനെ നോക്കുന്ന ഗദ്ദാമ ആവുകയോ? അയാൾ ഒന്നുകൂടി ഉറപ്പിക്കാൻവേണ്ടി

ചോദിച്ചു. "എന്നെ കളിയാക്കുകയല്ലേ? നിങ്ങൾ വലിയ നാടക സിനിമാ താരമല്ലേ. മറ്റാരെയെങ്കിലും കണ്ടെത്തിത്തന്നാൽ മതി."

"നിങ്ങൾ വിസയുമായി വരൂ, ഞാൻതന്നെ വരും."

ഗൾഫിൽ അറബിയുടെ കുഞ്ഞിനെ നോക്കുന്ന ആയയുടെ വേഷത്തിൽ അങ്ങോട്ട് പോകുകയാണെന്ന വാർത്ത അറിഞ്ഞവർ മൂക്കത്ത് വിരൽ വച്ചു. ഇത്രയും വലിയ കലാകാരി അറബിയുടെ ജോലിക്കാരിയായി പുറപ്പെട്ടോ? ആർക്കും മറുപടി നൽകാൻ നിന്നില്ല. ഒരു മകളുണ്ട്. അവളെ നന്നായി പഠിപ്പിക്കണം. വീട് വയ്ക്കണം. സ്വസ്ഥമായി ശേഷകാലം ജീവിക്കണം. ഈ മനസ്സുമായിട്ടാണ് ഗൾഫിലേക്ക് ഫ്ളൈറ്റ് കയറുന്നത്.

ഇരുപത് കൊല്ലത്തോളം അവിടെ ജോലി ചെയ്തു. മനസ്സിൽ ജീവിതം മാത്രമേ ഉള്ളൂ. സ്വപ്നം കണ്ടതെല്ലാം നേടിയെടുത്തു. മകളെ നന്നായി വിവാഹം ചെയ്തു വിട്ടു. വീടും പറമ്പും വാങ്ങി. കോഴിക്കോട്ട് ഇപ്പോൾ സ്വസ്ഥമായി ജീവിക്കുന്നു.

ഗൾഫിൽനിന്നും മടങ്ങി എത്തിയതിനുശേഷം രഞ്ജിത്ത് *അമ്മക്കിളിക്കൂടിൽ* നല്ലൊരു വേഷം കൊടുത്തുകൊണ്ട് അവരെ ചലച്ചിത്രരംഗത്തേക്ക് മടക്കിക്കൊണ്ടുവന്നു. *പരദേശി, പാലേരി മാണിക്യം, വിലാപങ്ങൾക്കപ്പുറം, മകൾക്ക്* തുടങ്ങി നിരവധി സിനിമകളിൽ നല്ല വേഷങ്ങൾ ചെയ്തു. 2011 ൽ *ഊമക്കുയിൽ പാടുമ്പോൾ* എന്ന ചിത്രത്തിലെ അഭിനയത്തിന് മികച്ച രണ്ടാമത്തെ നടിക്കുള്ള സംസ്ഥാന ചലച്ചിത്ര പുരസ്കാരവും അവരെ തേടിയെത്തി. ഇതേകാലത്തുതന്നെ നാടകലോകവും അവരെ മടക്കിവിളിച്ചു.

പണ്ട് രണ്ടുവരി കത്തിൽ നാടകലോകത്തുനിന്നു പുറത്താക്കിയ കെ ടി മുഹമ്മദ് തന്നെ *ഇതു ഭൂമിയാണ്* എന്ന നാടകത്തിന്റെ അമ്പതാം വാർഷികവും, നിലമ്പൂർ ഐഷയുടെ നാടകജീവിതത്തിന്റെ അമ്പതാം വർഷവും ഒരുമിച്ച് ആഘോഷിക്കാൻ തിരിച്ചു വിളിച്ചു. *ഇത് ഭൂമിയാണ്* എന്ന നാടകത്തിൽ ഐഷ വീണ്ടും മേക്കപ്പിട്ടു. ആ നാളുകളെക്കുറിച്ച് ഐഷ ഓർക്കുന്നത് ഇങ്ങനെയാണ്.

"എന്നെ എതിർത്തവർ, ചെകിട്ടത്തടിച്ച് കേൾവി ഇല്ലാതാക്കിയവർ, വെടിവച്ചവർ, എല്ലാവരും സമ്മേളിച്ച വേദിയായിരുന്നു അത്. അവർതന്നെ പറയുകയാണ്. നിങ്ങൾ ഇനി എങ്ങോട്ടും പോകണ്ട, നാടകരംഗത്തുതന്നെ തുടരണം എന്ന്. ഇതിൽ കൂടുതൽ സന്തോഷം വേറെ ഉണ്ടോ? *ഇത് ഭൂമിയാണ്* എന്ന നാടകത്തിലെ അഭിനയം കണ്ട് ജനം നിർത്താതെ കയ്യടിച്ചു. അപ്പോൾ എനിക്ക് തോന്നി. കല എന്നെ വിട്ടുപോയിട്ടില്ല. ഇപ്പോഴും ഞാനൊരു പൂർണ കലാകാരിയാണ്."

പട്ടിണിയെ തോൽപ്പിക്കാനായിരുന്നു നിലമ്പൂർ ഐഷ നാടകലോ

കത്ത് വന്നത്. പക്ഷേ, ആദ്യകാലത്ത് ഐഷ തോൽക്കുകയും പട്ടിണി ജയിക്കുകയും ചെയ്തു. ജീവിതാനുഭവങ്ങളുടെ കനൽവഴിയിലൂടെ നടന്നുനീങ്ങിയ ഈ കലാകാരിയുടെ മനസ്സിലെ വിപ്ലവജ്വാല ഇന്നും അണയാതെ നിൽക്കുന്നു. വാർധക്യത്തിലും തളരാത്ത പോരാളിയുടെ മനസ്സാണ് നിലമ്പൂർ ഐഷയുടേത്. ഐഷയ്ക്ക് തുല്യം ഐഷ മാത്രം.

ടി പി രാധാമണി
പ്രകാശം പരക്കാത്ത നിലവിളക്ക്

തിരുവനന്തപുരം മെഡിക്കൽ കോളേജിന് സമീപമുള്ള ഒരു ലോഡ്ജിൽ മരണത്തോട് മല്ലടിച്ച് കഴിയുന്ന നാളുകൾ. അവർ സാധാരണ സ്ത്രീയല്ല. മലയാളസിനിമയിലെ എന്നത്തെയും സൂപ്പർ താരങ്ങളായ സത്യനും മധുവും പ്രേംനസീറും തുടങ്ങി, ഇന്നത്തെ സൂപ്പർ താരങ്ങളായ മമ്മൂട്ടിയും മോഹൻലാലും കമൽഹാസനും ഷാരൂഖ്ഖാനും പ്രഭുവും വിജയ് സേതുപതിയും അടക്കം എത്രയോ വൻ താരങ്ങളോടൊപ്പം അഭിനയിച്ച നടി ആയിരുന്നു അവർ.

ക്യാൻസർ ചികിത്സയ്ക്കായിട്ടാണ് അവർ ചെന്നൈയിൽനിന്നും തിരുവനന്തപുരത്ത് വന്നത്. നാൽപ്പത്തിയെട്ടു വർഷം അവരെ വളർത്തി വലുതാക്കിയ ആ നഗരത്തിൽനിന്നും സ്വന്തം നാട്ടിൽ ചികിത്സയ്ക്കായി എത്തിയതിനുപിന്നിൽ, മലയാളികളും സർക്കാരും ഒരു കൈ സഹായത്തിനെത്തുമെന്ന് വെറുതെ മോഹിച്ചു. പക്ഷേ, വിലകുറഞ്ഞ ഒറ്റ മുറിയിൽ അവർ മരണത്തോട് പടപൊരുതി നാളുകൾ കഴിക്കുമ്പോൾ കാര്യമായ സഹായങ്ങൾ ഒന്നുംതന്നെ അവരെ തേടി എത്തിയില്ല. മരണത്തിനും ഈ സത്യം മനസ്സിലായിട്ടുകൂടി ആയിരിക്കും അവരെ കൂടു

ടി പി രാധാമണി

തൽ കഷ്ടപ്പെടുത്താനോ അധികബാധ്യതകൾ വരുത്തിവയ്ക്കാനോ കാത്ത് നിൽക്കാതിരുന്നത്. നിത്യശാന്തിയുടെ ലോകത്തേക്ക് അവരെ വിധി മടക്കി വിളിച്ചു.

അരവിന്ദന്റെയും അടൂരിന്റെയും മുതൽ സിബി മലയിലിന്റെയും സിദ്ദിഖിന്റെയും വരെ സിനിമകളിൽ മികച്ച വേഷങ്ങൾ ചെയ്ത ടി പി രാധാമണി എന്ന അഭിനേത്രിയാണ് ജീവിതസായാഹ്നത്തിൽ ദുരിതജീവിതം അനുഭവിച്ച് തിരുവനന്തപുരം നഗരത്തിൽ ഒറ്റപ്പെട്ട് കഴിഞ്ഞത്. മരുന്ന് വാങ്ങാൻ പണമില്ലാതെ നഗരത്തിലെ ആരെയൊക്കെയോ അവർ ബന്ധപ്പെട്ടു. പലരും കൈമലർത്തി.

"അമ്മ എന്ന താരസംഘടന ആദ്യനാളുകളിൽ കുറച്ച് സഹായങ്ങൾ നൽകി. പിന്നീട് അതും നിലച്ചു. അന്നത്തെ സാംസ്കാരികമന്ത്രി എ കെ ബാലൻ, രാധാമണിയുടെ ദുരിതം അറിഞ്ഞയുടനെ അവരുടെ ചികിത്സയിൽ ഇടപെട്ടു. സംസ്ഥാന സാംസ്കാരിക ക്ഷേമനിധി ബോർഡിൽനിന്നും ഒരു ലക്ഷം രൂപ പെട്ടെന്ന് അനുവദിച്ച് നടിയോടൊപ്പം ഗവൺമെന്റും നിന്നു. പക്ഷേ, അത് കൊണ്ടു മാത്രം അവരുടെ കഷ്ടതകൾക്ക് അറുതി വന്നില്ല. ഒരു ദിവസം നാൽപ്പതിനായിരം രൂപ മരുന്നിനും മറ്റും വേണമായിരുന്നു. ഒരു ലക്ഷം രൂപയിൽ ഒന്നോ രണ്ടോ ആഴ്ച പിടിച്ചുനിന്നിട്ടുണ്ടാവും. പിന്നെയും അവരുടെ ജീവിതം കുഴഞ്ഞുമറിഞ്ഞു.

ശ്വാസകോശ ക്യാൻസറുമായിട്ടാണ് ചെന്നൈയിൽനിന്നും തിരുവനന്തപുരത്ത് എത്തിയത്. ഭർത്താവിന്റെ ബിസിനസ്സ് പരാജയവും, ഏകമകന്റെ ആക്സിഡന്റും എല്ലാം ചേർന്ന് കടുത്ത സാമ്പത്തിക ബുദ്ധിമുട്ടിൽ നിൽക്കുമ്പോഴാണ് വിധി ക്യാൻസറിന്റെ രൂപത്തിൽ ആ കുടുംബത്തെ വരിഞ്ഞ് മുറുക്കിയത്. ഇന്ത്യയിലെ ഏറ്റവും മികച്ച ചികിത്സ ലഭിച്ചിരുന്ന ആർ സി സിലേക്ക്, രോഗക്കിടക്കയോടെ ചെന്നൈയിൽനിന്ന് മകൻ അമ്മയെ എത്തിച്ചു. കലാകേരളം അവരുടെ ഒപ്പം ഉണ്ടാവുമെന്ന്

പാവം മലയാളം അറിയാത്ത, കേരളത്തെ അറിയാത്ത മകൻ വിശ്വസിച്ചിരിക്കണം. അടുത്തിടെ ഉണ്ടായ മകന്റെ ആക്സിഡന്റ് ചികിത്സയ്ക്കായി മുപ്പത് ലക്ഷം രൂപ ആയിരുന്നു അന്ന് ചെലവായത്. കടം വാങ്ങിയും പലിശയ്ക്ക് എടുത്തുമായിരുന്നു മകനെ, അമ്മ ചികിത്സിച്ചത്. അതിനിടയിൽ ആഴ്ചതോറും ചെന്നൈയിൽനിന്നും തിരുവനന്തപുരത്തുവന്ന് റേഡിയേഷൻ നടത്താനുള്ള ചെലവ് വെട്ടിച്ചുരുക്കാനാണ് അവർ തിരുവനന്തപുരത്ത് ഒരു മുറിയെടുത്ത് ചികിത്സ തുടരാം എന്ന് കരുതിയത്. അത് മറ്റൊരു ദുരന്തമായിത്തീർന്നു.

അതിസമ്പന്നതയുടെ വിശാലതയിൽനിന്നാണ് ടി പി രാധാമണി എന്ന പതിനാലുകാരി സിനിമാവ്യാമോഹത്തിൽപ്പെട്ട് ചലച്ചിത്രരംഗത്തേക്ക് കടന്നുവരുന്നത്. ഷൊർണ്ണൂരിൽനിന്നും കോടമ്പാക്കത്തേക്ക് ട്രെയിൻ കയറുമ്പോൾ കൈയിൽ കരുതി വച്ചിരുന്നത് കലാമണ്ഡലത്തിൽനിന്ന് നൃത്തത്തിന് ലഭിച്ച ഒരു സർട്ടിഫിക്കറ്റ് മാത്രമായിരുന്നു. ഇത് മാത്രം മതി, നീ സിനിമയിൽ വലിയ നടി ആയിത്തീരും എന്ന് നാട്ടിൽ അറിയപ്പെടുന്ന ഒരു സ്റ്റിൽ ഫോട്ടോഗ്രാഫർ പറഞ്ഞത്രേ.

ആ ഉറപ്പിൻമേലാണ് അച്ഛനോടൊപ്പം നാൽപ്പത്തിയെട്ട് വർഷങ്ങൾക്കുമുമ്പ് മദ്രാസിൽ സെൻട്രൽ സ്റ്റേഷനിൽ ട്രെയിൻ ഇറങ്ങിയത്. നാട്ടിൽ പേര് കേട്ട തറവാട് ആയതിനാൽ മദ്രാസിലെ അക്കാലത്തെ ചലച്ചിത്രപ്രതിഭകളിൽ പലരും രാധാമണിയെ സ്വീകരിക്കാൻ മടി കാണിച്ചില്ല.

പത്താംക്ലാസ് പഠനത്തിന് ശേഷം കലാമണ്ഡലത്തിൽ ഭരതനാട്യം മൂന്ന്വർഷപഠനത്തിന് ചേരുമ്പോൾ രാധാമണിക്ക് നൃത്തത്തിലും അഭിനയത്തിലും കമ്പം ഉണ്ടായിരുന്നു. നാട്ടിൽ എത്തുന്ന സിനിമാ ഷൂട്ടിംഗിൽ ബാലതാരമായും നൃത്തസഹായിയായും അവർ അന്നേ പ്രശസ്തയായിരുന്നു.

നാട്ടിലെ ഫോട്ടോഗ്രാഫർ ദാസ്, രാധാമണിയിലെ നൃത്തപ്രകടനം കണ്ട് ഒരിക്കൽ ചോദിച്ചു, നിനക്ക് സിനിമയിൽ അഭിനയിക്കണോ എന്ന്. അതിനായിമാത്രമാണ് ഈ ജീവിതമെന്ന് കരുതി ജീവിക്കുന്ന ഒരാളിനോടാണ് ഈ ചോദ്യം. രണ്ടുവട്ടം ആലോചിക്കാതെ അവൾ മറുപടി പറഞ്ഞു: 'റെഡി'

ദാസിന് സേതുമാധവനെ പരിചയമുണ്ടായിരുന്നു. പാലക്കാട്ടുകാരനായ അദ്ദേഹം ഇടയ്ക്കിടയ്ക്ക് നാട്ടിൽ വരാറുണ്ട്. ഒരുദിവസം രാധാമണിയെയും കൂട്ടി ദാസ്, സേതുമാധവനെ കാണാൻ പോയി. അദ്ദേഹം രാധാമണിയെ ഒന്ന് നോക്കിയിട്ട് ചോദിച്ചു.

"ഇത്രയും ചെറിയ പ്രായത്തിലേ അഭിനയിക്കാൻ ഇറങ്ങണോ. അച്ഛന് നല്ല ജോലി ഉണ്ടല്ലോ. പിന്നെ എന്തിന് മദ്രാസിൽ പോയി കഷ്ടപ്പെടണം?"

മദ്രാസിലെ കഷ്ടപ്പാടുകൾ എന്താണെന്ന് രാധാമണിക്ക് അറിയില്ല. പക്ഷേ, അവൾ ഉറപ്പിച്ചു പറഞ്ഞു, എന്തായാലും എനിക്ക് സിനിമയിൽ അഭിനയിക്കണം.

സേതുമാധവൻ അടുത്ത സുഹൃത്തായ രാമു കാര്യാട്ടിന് ഒരു കത്ത് എഴുതി – നാട്ടിൽ പരിചയമുള്ള ഈ കുട്ടി, കലാകാരിയാണ്. താങ്കളുടെ സിനിമയിൽ ഒരു ചാൻസ് നൽകണം.

ആ കത്തിലെ രണ്ടു വരിക്ക് ഭാഗ്യത്തിന്റെ പിൻബലം ഉണ്ടായിരുന്നു. അച്ഛനോടൊപ്പം കത്തുമായി മദ്രാസിലേക്ക് തിരിച്ചു, അന്ന് രാമു കാര്യാട്ട് *ഏഴുരാത്രികൾ* എന്ന സിനിമയുടെ ഷൂട്ടിംഗിലായിരുന്നു. കത്ത് വായിച്ച അദ്ദേഹം ഒരു നിമിഷം ഓർത്തു. കത്ത് എഴുതിയിരിക്കുന്നത് സാക്ഷാൽ സേതുമാധവനാണ്. നല്ല വേഷത്തിൽത്തന്നെ അവളെ പരിഗണിക്കണം. *ഏഴുരാത്രികളിൽ* ഒരു വേഷം ചെയ്തുകൊണ്ട് രാധാമണി എന്ന നടിയുടെ അഭിനയജീവിതം ആരംഭിക്കുകയാണ്.

ആ ചിത്രത്തിനുശേഷം ചെറിയ ചെറിയ വേഷങ്ങൾ അഭിനയിച്ചുകഴിഞ്ഞു. പക്ഷേ, തന്റെ ജീവിതം അത്രമേൽ പുഷ്പിക്കുന്നില്ല എന്ന് അവൾക്ക് തോന്നിത്തുടങ്ങി. വാടകയ്ക്കും ഭക്ഷണത്തിനും ഉള്ള കാശ് ചെറിയ വേഷങ്ങളിലൂടെ ലഭിക്കും. ഒരു അഭിനേത്രി എന്ന നിലയിൽ ഇതു മാത്രം മതിയോ? നല്ല വേഷങ്ങൾക്കുള്ള ശ്രമമായി പിന്നീട്. യാദൃച്ഛികമായിട്ടാണ് മധുവിനെ പരിചയപ്പെടുന്നത്. അത് ശരിക്കും ഒരു വഴിത്തിരിവായി. അദ്ദേഹം നായകനായി അഭിനയിച്ച് സംവിധാനം ചെയ്യുന്ന *സിന്ദൂരച്ചെപ്പി*ന്റെ ഷൂട്ടിംഗ് ആരംഭിക്കുന്ന സമയത്താണ് രാധാമണി മധുവിനെ പരിചയപ്പെടുന്നത്. ചിത്രത്തിന്റെ നിർമ്മാതാവുകൂടിയായ ഗാനരചയിതാവ് യൂസഫലി കേച്ചേരിയും ആ കൂടിക്കാഴ്ചയിൽ ഒപ്പം ഉണ്ടായിരുന്നു. പിൽക്കാലത്ത് സൂപ്പർഹിറ്റായ 'തമ്പ്രാൻ തൊടുത്തത് മലരമ്പ് തമ്പ്രാട്ടി പിടിച്ചത് പൂങ്കൊമ്പ്, ദാഹിച്ച് മോഹിച്ച് തപസ്സിരുന്ന്, തമ്പ്രാട്ടി പിടിച്ചത് പൂങ്കൊമ്പ്' എന്ന ഗാനരംഗത്ത് അഭിനയിക്കേണ്ടത് ചിത്രത്തിലെ രണ്ടാം നായികയാണ്. ജയഭാരതിയാണ് നായിക. ചിത്രത്തിൽ ഉടനീളമുള്ള രണ്ടാം നായികയ്ക്കായി ഒരാളിനെ അന്വേഷിക്കുന്നതിനിടയിലാണ് രാധാമണിക്ക് നറുക്ക് വീഴുന്നത്. ആ വേഷത്തിന് രാധാമണി മതി എന്ന് ഉറപ്പിക്കപ്പെട്ടു. രാധാമണിയെ സംബന്ധിച്ചിടത്തോളം ഒരു ഭാഗ്യം വീണു കിട്ടിയതുപോലെ ആയിരുന്നു. മധു എന്ന കരുത്തനായ നായകൻ സംവിധാനം ചെയ്യുന്ന ചിത്രം. പ്രസിദ്ധനായ യൂസഫലി കേച്ചേരി എഴുതി നിർമ്മിക്കുന്ന ചിത്രം. ജയഭാരതി നായിക. ഒരു തുടക്കക്കാരിക്ക് ഇതിൽ കൂടുതൽ എന്ത് വേണം.

സിന്ദൂരച്ചെപ്പ് വൻ വിജയമായിരുന്നു. 'തമ്പ്രാൻ തൊടുത്തത് മലരമ്പ്' ഹിറ്റ് പാട്ടുകളിൽ ഇടം പിടിച്ചപ്പോൾ അത് പാടി അഭിനയിച്ച രാധാമണിയും മലയാള സിനിമയിൽ ഹിറ്റായി. കൈനിറയെ ചിത്രങ്ങൾ. തൊട്ടടുത്ത് തന്നെ *കാലചക്ര*ത്തിൽ ഉപനായിക. തിലകന്റെ ആദ്യചിത്രമായ *പെരിയാറി*ലും നല്ല വേഷം കിട്ടി. *വീണ്ടും പ്രഭാതം, ഉദയം, അനന്തശയനം, ലേഡീസ് ഹോസ്റ്റൽ, തുറക്കാത്ത വാതിൽ, കളിത്തോഴി, ആ ചിത്രശലഭം പറന്നോട്ടെ, അനാഥ, ജലകന്യക* അങ്ങനെ തുടർച്ചയായി കുറെ ചിത്രങ്ങളിൽ അഭിനയിച്ച് സിനിമയിലെ തിരക്കുള്ള നടി ആയി രാധാമണി തിളങ്ങുന്ന കാലം.

"പണ്ടൊക്കെ ഒരു ചിത്രം കഴിഞ്ഞാൽ അടുത്ത ചിത്രത്തിനുവേണ്ടി ഒരുപാട് കാലം കാത്തിരിക്കണം. സംവിധായകനെയും, നിർമ്മാതാക്കളെയും നിരന്തരം കണ്ടുകൊണ്ടേ ഇരിക്കണം. അടുത്ത ചിത്രം പ്ലാൻ ചെയ്യുമ്പോൾ അവരുടെ ഓർമ്മയിൽ നമ്മുടെ മുഖം തെളിഞ്ഞുവരണം." രാധാമണി ആ പഴയകാലം ഓർക്കുന്നു.

ഇവിടെ രാധാമണിക്ക് അങ്ങനെയൊരു ഓർമ്മപ്പെടുത്തൽ വേണ്ടി വന്നില്ല. അഭിനയിച്ച ചിത്രങ്ങളെല്ലാം വൻ വിജയമായിരുന്നു. ഭാഗ്യനായിക എന്നുള്ള പേരും ലഭിച്ചു. പണ്ടൊക്കെ ഒരു പുതുമുഖം സിനിമയിലെത്തി ഒന്നോ രണ്ടോ ചിത്രങ്ങളിൽ അഭിനയിച്ചാലും തുടർ സിനിമകൾ കിട്ടണമെന്നില്ല. വളരെ ക്ലേശപ്പെട്ട് വേണം മുന്നോട്ട് കയറിവരാൻ. എന്നാൽ ഈ നടിയെ സംബന്ധിച്ച് അത്തരം ക്ലേശങ്ങൾ ഒന്നും അനുഭവിക്കേണ്ടിവന്നില്ല. കാരണം പ്രേക്ഷകർക്ക് സ്വീകാര്യമായ ഗ്രാമീണമുഖം അവർക്ക് ഉണ്ടായിരുന്നു. അഭിനയസിദ്ധിയും വിനയവും സംവിധായകരെ ആകർഷിച്ചു. സത്യന്റെയും, നസീറിന്റെയും സഹോദരിയായിട്ടാണ് തുടക്കം കുറിച്ചതെങ്കിലും അടുത്തതലമുറ നടൻമാരായ സുധീർ, വിൻസെന്റ്, രാഘവൻ, സുകുമാരൻ, ജയൻ തുടങ്ങി പുതിയ തലമുറയോടൊപ്പം തിളങ്ങുന്ന നടിയായി അവർ പെട്ടെന്ന് വളർന്നു.

"ഞാൻ ജനിച്ചത് ഒരു ഗ്രാമത്തിലാണ്. അവിടെ പരസ്പരം സഹായിക്കാനും സ്നേഹിക്കാനും മാത്രം അറിയാവുന്ന കുറെ മനുഷ്യരുണ്ടായിരുന്നു. വീട്ടിലും ഞങ്ങൾ സഹോദരങ്ങളും അത്തരമൊരു മനോഭാവത്തിലാണ് വളർന്നത്. മദ്രാസിലെത്തിയപ്പോഴാണ് ശരിക്കും ലോകത്തിന്റെ കാപട്യം ഞാനറിയുന്നത്.

എങ്ങനെ കുതികാൽ വെട്ടി നമ്മളെ പുറത്താക്കാൻ പറ്റും. അതിനുവേണ്ടിമാത്രം ദിവസവും ഉറക്കമുണർന്ന് വരുന്നവരെ ഞാൻ കണ്ടിട്ടുണ്ട്. എത്രയോ സിനിമകളിൽ കരാർ ഉറപ്പിച്ചതിനുശേഷം ഞാൻ പുറത്തായിട്ടുണ്ട്. സിനിമയിലെ കള്ളക്കളികൾ ഒന്നും അറിയാതെ എന്നെ പുറത്താക്കിയവരോടൊപ്പം ഞാൻ സഞ്ചരിച്ചുകൊണ്ടേയിരുന്നു. എന്റെ

പുതിയ വിശേഷങ്ങൾ അറിഞ്ഞാൽ ഇക്കൂട്ടരുടെ ജോലി ആ ചിത്രങ്ങൾ തട്ടിയെടുക്കുകയാണ്. അങ്ങനെയും പരമ മണ്ടിയായി കുറെക്കാലം ഞാൻ ജീവിച്ചു. ഒരു ചിത്രത്തിൽ അഭിനയിച്ചാൽ അക്കാലത്ത് കിട്ടുന്നത് അയ്യായിരം രൂപയാണ്. ഏറ്റവും ഉയർന്ന പ്രതിഫലം ഒരു ലക്ഷം രൂപ ആയിരുന്നു പിന്നീട് എനിക്ക് ലഭിച്ചത്."

നാട്ടിലുണ്ടായിരുന്ന വസ്തുവകകൾ വിറ്റുപെറുക്കി മദ്രാസിൽ എത്തിയ അച്ഛൻ, അവിടെ ബിൽഡിംഗ് കോൺട്രാക്ടറായി. ചെറുതും വലുതുമായ പാർപ്പിടങ്ങൾ നിർമ്മിച്ച് പലർക്കും നൽകി. പക്ഷേ, സ്വന്തമായി ഒരു കിടപ്പാടം അപ്പോഴും രാധാമണിക്ക് ഉണ്ടായിരുന്നില്ല. ഇക്കാര്യത്തെക്കുറിച്ച് അച്ഛനെ ഓർമ്മിപ്പിക്കുമ്പോൾ അച്ഛൻ പറയും.

"നീ എന്തിന് അതോർത്ത് വിഷമിക്കണം. നമ്മൾ അനേകം വീടുകൾ ചെയ്തുകൊടുത്തിട്ടുണ്ട്. ഇനിയും ചെയ്യും. എപ്പോൾ വേണമെങ്കിലും അതിലൊന്ന് നമുക്ക് എടുക്കാമല്ലോ?"

"അച്ഛന്റെ ഈ സമാധാനപ്പെടുത്തലിൽ ഞാനും സ്വന്തമായ ഒരു വീട് എന്ന സങ്കൽപ്പത്തെക്കുറിച്ച് കൂടുതൽ ചിന്തിച്ചില്ല. അച്ഛന്റെ മരണത്തോടെ ജീവിതകാലമത്രയും സ്ഥിരം വാടകവീട്ടിലായിരുന്നു പിന്നെ ജീവിതം."

എഴുപതുകളിലാണ് ഏറ്റവും അധികം സിനിമകളിൽ രാധാമണി അഭിനയിച്ചത്. കച്ചവടസിനിമയിൽ തുടങ്ങിയ അഭിനയജീവിതം. ദേശീയ അവാർഡ് നേടുന്ന ചിത്രങ്ങളിലേക്കായിരുന്നു പിന്നീടുള്ള ചുവടുമാറ്റം. അടൂരിന്റെ *കൊടിയേറ്റം*, ജി അരവിന്ദന്റെ ആദ്യചിത്രമായ *ഉത്തരായണം, അഭയം, മുദ്ര, ആരണ്യകം, സ്വപ്നം* അങ്ങനെ അഭിനയസാധ്യതയുള്ള നല്ല സിനിമകളുടെ ഭാഗമായി അന്നത്തെ സംവിധായകർ രാധാമണിയെ പരിഗണിച്ചിരുന്നു.

നല്ല ക്യാരക്ടർ വേഷങ്ങൾ അഭിനയിച്ചുകൊണ്ടിരിക്കുമ്പോഴാണ് പെട്ടെന്ന് സഹനടിയിൽനിന്നും പിൻതള്ളപ്പെട്ടത്. ഒരു സീനിനും അര സീനിനും ഒക്കെ വിളിക്കാൻ തുടങ്ങി. മദ്രാസിലെ ജീവിതവും രോഗിയായ അനുജന്റെ ചികിത്സയുംകൊണ്ട് നട്ടം തിരിഞ്ഞ കാലം. പിന്നീട് ഒരു ചിത്രവും ഇല്ലാതെ വീട്ടിലിരിക്കുന്ന സമയത്താണ് ക്യാൻസർ രോഗിയായ അനുജന്റെ രോഗം കൂടുതൽ ബുദ്ധിമുട്ടിലേക്ക് നീങ്ങിയത്. മരുന്ന് വാങ്ങാൻപോലും കാശില്ലാത്ത അവസ്ഥ. ആരും കടം തരാത്ത കാലം. തന്റെ ദയനീയാവസ്ഥ മനസ്സിലാക്കിയ പ്രൊഡക്ഷൻ മാനേജർമാർ കൊച്ചു വേഷങ്ങൾക്കുവേണ്ടി ക്ഷണിച്ചു. സ്റ്റാർ കാസ്റ്റ് ഉയർത്തിപ്പിടിക്കാൻ പരിചയമുള്ള ഒരു മുഖം. അതായിരുന്നു പല സിനിമക്കാരുടെയും മനസ്സിലിരിപ്പ്. അതു തിരിച്ചറിഞ്ഞിട്ടും രാധാമണി പിൻവാങ്ങിയില്ല. എത്ര ചെറിയ വേഷത്തിലേക്ക് വിളിച്ചാലും തയ്യാറായിരുന്നു. ഒടുവിൽ തുടക്കക്കാലത്തെ അയ്യായിരം രൂപയ്ക്കുവരെ അവരെ പലരും മേക്കപ്പിട്ടു ക്യാമറയുടെ മുന്നിൽ നിർത്തി.

"അനുജന്റെ ചികിത്സാചെലവ് എന്നെക്കൊണ്ട് താങ്ങാവുന്നതിനപ്പുറമായിരുന്നു. ചേച്ചി ഒരു വലിയ നടി ആകണമെന്ന് കുഞ്ഞുന്നാളിലേ

ആഗ്രഹിച്ച അവന്റെ മരണം എന്നെ തളർത്തിക്കളഞ്ഞു. അവന്റെ ചികിത്സയ്ക്കായി കുറെ സിനിമകൾ ഉപേക്ഷിക്കേണ്ടി വന്നു. പിന്നെ കാശില്ലാതെ വീട്ടിലിരുന്നപ്പോൾ കൊച്ചുവേഷങ്ങൾക്കായി എന്നെ വിളിച്ചു. ആരോടും എന്താണ് വേഷം എന്നുപോലും ചോദിച്ചില്ല. കാശ് തന്നും തരാതെയും ഒരുപാട് ചിത്രങ്ങളിൽ അഭിനയിച്ചു. അതെന്റെ വാശിയായിരുന്നു. എന്നെ വീട്ടിലിരുത്താൻ ആർക്കും സാധിക്കില്ല. മരണംവരെ അഭിനയിച്ചുകൊണ്ടേയിരിക്കും.”

സിനിമയിലെ തിരക്കിനിടയിലായിരുന്നു ഒരു പ്രണയം വന്നുപെട്ടത്. അച്ഛന്റെ കൺസ്ട്രക്ഷൻ കമ്പിനിയിലേക്ക് ഫൈനാൻസ് നൽകിയിരുന്ന മാർവാഡി കനയ്യലാൽ ആയിരുന്നു ആ കാമുകൻ. സുമുഖൻ, സുന്ദരൻ. ഫൈനാൻസിംഗും, ജൗളിക്കച്ചവടവും ഉണ്ടായിരുന്നു. മലയാളം അറിയാത്ത കാമുകൻ, ഹിന്ദി അറിയാത്ത കാമുകിയോട് പ്രണയത്തിൽ പൊതിഞ്ഞ കൺനോട്ടങ്ങൾ കൊണ്ടും ഭാവചലനങ്ങൾ കൊണ്ടും പ്രണയഭാവം അറിയിച്ചു. നാല് വർഷം നീണ്ടുനിന്ന പ്രണയം അഞ്ചാംവർഷം വിവാഹത്തിൽ കലാശിച്ചു. “കലാമണ്ഡലത്തിൽ വെച്ചും എന്നെ ഒരാൾ പ്രണയിച്ചിരുന്നു. പക്ഷേ, തിരിച്ച് അങ്ങോട്ട് പ്രേമം തോന്നിയില്ല. കാരണം ഉണ്ടായിരുന്നു. അന്ന് മനസ്സ് മുഴുവൻ സിനിമ ആയിരുന്നു. ഗാഢമായ പ്രണയത്തിൽപ്പെട്ടുപോയാൽ അതിൽനിന്നും തിരിച്ചുവരാൻ കഴിയില്ല. എന്റെ ബാല്യകാലസ്വപ്നമായിരുന്നു സിനിമ. അത് എന്നെന്നേക്കുമായി നഷ്ടപ്പെടാൻ ഞാനനുവദിക്കില്ല. അങ്ങനെ കലാമണ്ഡലത്തിലെ പ്രണയം മുളയിലേ നുള്ളിക്കളഞ്ഞു.

ഇദ്ദേഹം എന്റെ മനസ്സിലേക്ക് കയറിവന്നത് എങ്ങനെയാണെന്ന് ഇന്ന് ആലോചിക്കുമ്പോൾ ഒരു പിടിയും കിട്ടുന്നില്ല. അച്ഛനുമായിട്ടാണ് സാമ്പത്തിക ഇടപാടുകൾ. പക്ഷേ, കണക്ക് പറയാൻ വരുന്നത് എന്റെയടുത്താണ്. സമയത്തിന് കാശ് മടക്കിക്കൊടുത്തില്ലെങ്കിൽ പരാതി പറയുന്നതും എന്നോടാണ്. അതൊരു പ്രണയതന്ത്രമാണെന്ന് ഞാനും കരുതി. അവിടെ മുതലാണ് ഞാൻ അദ്ദേഹത്തെ ഇഷ്ടപ്പെട്ടുതുടങ്ങിയത്.”

രാധാമണിയുടെ വിവാഹം നിശ്ചയിച്ചുകഴിഞ്ഞപ്പോഴും നേരത്തേ പറഞ്ഞ പാരകളുടെ വൻനിരതന്നെ ഒത്തുകൂടി. മാർവാഡിക്ക് ഗുജറാത്തിൽ ഭാര്യയും മക്കളും ഉണ്ടെന്ന് പറഞ്ഞുപരത്തി. ഗുരുവായൂരിൽ വച്ചായിരുന്നു വിവാഹം. വിവാഹത്തിനെത്തിയ പലരോടും ഈ പാരശക്തികൾ ഇല്ലാക്കഥകൾ പറഞ്ഞു. രാധാമണിയെ മാനസികമായി തകർക്കുക എന്ന ഉദ്ദേശ്യം മാത്രമേ ഇക്കൂട്ടർക്ക് ഉണ്ടായിരുന്നുള്ളൂ.

"മുപ്പത്തിമൂന്ന് വർഷം അദ്ദേഹത്തോടൊപ്പം ജീവിച്ചു. ഈ പറഞ്ഞ ഭാര്യയും മക്കളും ഇതുവരെയും എന്നെ തേടി വന്നില്ല. അവരെ തിരഞ്ഞ് ഞാനും എങ്ങോട്ടും പോയതുമില്ല. എന്റെ മകന്റെ അച്ഛനും എന്നെ ജീവന് തുല്യം സ്നേഹിച്ച നല്ല ഭർത്താവും ആയിരുന്നു അദ്ദേഹം."

കനയ്യലാൽ-രാധാമണി ദമ്പതികൾക്ക് ഒരു മകൻ, അഭിനയ്. മലയാളം, തമിഴ്, തെലുങ്ക് ചിത്രങ്ങളിൽ നായകനാണ്. മലയാളത്തിൽ *ചിത്രകൂടം, കയ്യെത്തും ദൂരത്ത്, വൈറസ്* എന്നീ ചിത്രങ്ങളിൽ അഭിനയിച്ചിട്ടുണ്ട്. ഇപ്പോൾ പരസ്യചിത്രങ്ങളിലെ തിരക്കുള്ള നടനാണ്. മകന്റെ വളർച്ചയിൽ അമ്മ വളരെ സന്തോഷിച്ചിരുന്നു. തമിഴിൽ തുടക്കംകുറിച്ചത് കസ്തൂരിരാജയെന്ന സൂപ്പർ സംവിധായകന്റെ ചിത്രത്തിലൂടെ ആയിരുന്നു. സിനിമയിൽ നിൽക്കുമ്പോൾത്തന്നെ ദേശീയപ്രചാരമുള്ള നിരവധി പരസ്യചിത്രങ്ങളിലും തിളങ്ങും താരമായിരുന്നു മകൻ.

ഏകമകനുണ്ടായ ആക്സിഡന്റ് രാധാമണിയെ തളർത്തിക്കളഞ്ഞു. ഗുരുതരമായ ശാരീരികപ്രശ്നങ്ങൾ കൊണ്ട് ഒരുപാട് കാലം മകൻ ചികിത്സയിലായിരുന്നു. മുപ്പത് ലക്ഷത്തോളം രൂപ മകന്റെ ചികിത്സാ ചെലവിനായി രാധാമണിക്ക് കണ്ടെത്തേണ്ടിവന്നു.

ഒന്നിന് പിന്നാലെ ഒന്നായി ദുരിതങ്ങൾ കടന്നുകൂടിയ ജീവിത യാത്രയായിരുന്നു രാധാമണിയുടേത്. സിനിമയിൽ കാലെടുത്തുവച്ചനാൾ മുതൽ കഷ്ടതകളും, ദാരിദ്ര്യവും അവരെ പിൻതുടർന്നുകൊണ്ടേയിരുന്നു. നീണ്ട കാത്തിരിപ്പിനൊടുവിൽ ഒന്നുരണ്ട് സിനിമകളിൽ അഭിനയിക്കാൻ അവസരം കിട്ടി. മമ്മൂട്ടിച്ചിത്രമായ *ഹിറ്റ്ലർ*, ഷാരൂഖ്ഖാന്റെ *ചെന്നൈ എക്സ്പ്രസ്*, വിജയ് സേതുപതിയുടെ *വണ്മം* എന്നിവയായിരുന്നു അവ. മോഹൻലാൽ നായകനായ *യാത്രാമൊഴി* ആയിരുന്നു അവസാനമായി അഭിനയിച്ച മലയാളചിത്രം.

അടുക്കള എന്ന ചിത്രത്തിന്റെ നിർമ്മാതാവിന്റെ വേഷവും ഒടുവിൽ ഒരു സംവിധായകൻ അവരെക്കൊണ്ട് കെട്ടിച്ചു. അതും മറ്റൊരു ചതിയുടെ കഥ ആയിരുന്നു. രാധാമണി ആ കഥയും നിറഞ്ഞ കണ്ണുകളോടെ എന്നോട് പറഞ്ഞു.

"ഒരു സംവിധായകൻ എന്നെ കുഴിയിലിറക്കിയ കഥയാണ് അത്. നല്ല കുറെ ചിത്രങ്ങളിൽ അഭിനയിച്ച് തിരക്കുണ്ടായിരുന്ന സമയത്താണ് നാട്ടിൽനിന്നും സംവിധായകന്റെ ഫോൺ കോൾ. ദേശീയ അവാർഡ് ലഭിക്കാവുന്ന ഒരു ചിത്രം ഞാൻ പ്ലാൻ ചെയ്യുന്നുണ്ട്. നിങ്ങളാണ് നായിക. അവാർഡിൽ ഞാൻ വീണു. ആലുവയിൽ ഷൂട്ടിംഗ് ആരംഭിച്ചു. ഒരാഴ്ച

കാര്യങ്ങൾ ഭംഗിയായി നടന്നു. പിന്നെയാണ് സംവിധായകന്റെ യഥാർ ഥമുഖം തിരിച്ചറിയുന്നത്. സിനിമ മുന്നോട്ട് പോകണമെങ്കിൽ കാശ് കണ്ടെത്തണം. നിർമ്മാതാവ് മുങ്ങി. മദ്രാസിൽ ഉടനെ തുടങ്ങാനിരിക്കുന്ന രണ്ട് ചിത്രങ്ങൾക്ക് ഡേറ്റും കൊടുത്തുകഴിഞ്ഞു. അതിനുമുമ്പ് ഈ ചിത്രം തീർക്കണം. ഒരു ദിവസം സംവിധായകൻ എന്റെ മുറിയിൽ വന്നി രുന്ന് സങ്കടപ്പെടാൻ തുടങ്ങി. എങ്ങനെയെങ്കിലും ചിത്രം നിങ്ങൾ ഏറ്റെ ടുത്ത് പൂർത്തിയാക്കണം.

അക്കാലത്ത് കുറെ ചിത്രങ്ങളിൽ അഭിനയിച്ച വകയിൽ കുറച്ച് കാശ് ബാങ്കിൽ കിടപ്പുണ്ട്. അതുകൊണ്ടൊന്നും സിനിമ തീരില്ല. എങ്കിലും എന്റെ വേഷം ഇഷ്ടപ്പെട്ടതുകൊണ്ട് ഞാൻ പകുതി മനസ്സോടെ സമ്മതം മൂളി. ഇരുപത് ലക്ഷം മതി ചിത്രം പൂർത്തീകരിക്കാൻ എന്നു പറഞ്ഞ സംവിധായകൻ ഒടുവിൽ മുപ്പത് ലക്ഷത്തിൽ അവസാനിപ്പിച്ചു. അതോടെയാണ് ഞാൻ വലിയ കടക്കാരിയായത്."

അടുക്കള പിന്നീട് *നിലവിളക്കായി* പുറത്ത് വന്നു. സമ്പാദിച്ചതെല്ലാം നിലവിളക്കിലിട്ട് തിരി കത്തിച്ചുവെങ്കിലും വേണ്ട രീതിയിൽ കത്തി പ്രകാശം ചൊരിഞ്ഞില്ല. അതോടെ നിർമ്മാതാവിന്റെ വേഷം കെട്ടിയ തിന്റെ ചീത്ത പേരും കിട്ടി. മറ്റ് നിർമ്മാതാക്കൾ അവരുടെ ചിത്രങ്ങളിൽ വിളിക്കാതെയും ആയി. കൊടും പട്ടിണിയിൽ രാധാമണി വീട്ടിലിരിപ്പായി. ഭർത്താവിന്റെ ബിസിനസ്സ് പൊളിഞ്ഞു. ആരോഗ്യനിലയും വഷളായി. മകന്റെ ആക്സിഡന്റ്, ഒന്നിനു പിന്നാലെയുള്ള ദുരിതങ്ങൾ രാധാ മണിയെ പിൻതുടർന്നു കൊണ്ടേയിരുന്നു. ഒടുവിൽ ആ ശരീരത്തെ കാൻസറിന്റെ രൂപത്തിൽ വിധി കാർന്ന് കഴിഞ്ഞു.

വേണ്ടത്ര ചികിത്സ കിട്ടാതെയും ആഗ്രഹിച്ച സൗഭാഗ്യം നേടാ തെയും ജീവിതം തള്ളിനീക്കിയ രാധാമണിയെ ഭൂമിയിലെ കഷ്ടജീവിതം ഇനിയും അനുഭവിച്ചത് മതി എന്ന കാരുണ്യത്തോടെ മരണം ഒരു രാത്രിയിൽ കൂട്ടിക്കൊണ്ടുപോയി.

തിരുവനന്തപുരത്തെ ലോഡ്ജിൽനിന്നും ആരൊക്കെയോ ചേർന്ന് ശരീരം ചെന്നൈയിലെത്തിച്ചു. രാധാമണിയുടെ മരണവാർത്ത പത്രങ്ങ ളിലും, ചാനലുകളിലും ഒരു വാർത്തയേ അല്ലായിരുന്നു. അതിനേക്കാൾ പ്രാധാന്യമുള്ള എന്തെന്ത് വാർത്തകളാണ് പത്രത്താളുകളിൽ അടുത്ത ദിവസം മഷിപുരളേണ്ടത്. അല്ലെങ്കിൽത്തന്നെ ആരാണ് ഈ ടി പി രാധാ മണി.

വടപളനി, ഗംഗേ അമ്മൻ നാലാം തെരുവിലെ വാടകവീട്ടിൽനിന്നും വടപളനി എ വി എമ്മിന്റെ പിന്നിലുള്ള പാവപ്പെട്ടവരുടെ ശ്മാശാനത്തി ലേക്ക് രാധാമണിയുടെ ശവശരീരം കൊണ്ടുപോകുമ്പോൾ അടുത്ത ബന്ധുക്കളും അയൽവാസികളും അല്ലാതെ സിനിമാപ്രവർത്തകർ ആരും ആ ശരീരത്തെ അനുഗമിച്ചില്ലായിരുന്നു എന്നാണ് ചെന്നൈ വാർത്ത കൾ. ടി പി രാധാമണി ഇന്ന് ആരും അല്ലല്ലോ, അവർക്ക് ചലച്ചിത്രരം ഗത്ത് എന്ത് പ്രസക്തി ആണ് ഉള്ളത്.

സുരേഖ

തകര സമ്മാനിച്ചത് വേദനകൾ മാത്രം

ഓർമ്മയില്ലേ സുരേഖയെ. ഭരതൻ സംവിധാനം ചെയ്ത *തകര* യിലെ നായികയായി മലയാളികളുടെ മനസ്സ് സ്വന്തമാക്കിയ തെലുങ്ക് സുന്ദരിയെ. *തകര*യ്ക്ക് ശേഷം ചിത്രങ്ങളുടെ എണ്ണം കുറഞ്ഞു. എങ്കിലും മലയാളിസമൂഹം ഉള്ളിടത്തോളം കാലം സുരേഖയെ മറക്കില്ല. പിന്നീട് സിനിമയുടെ വെള്ളിവെളിച്ചത്തിൽനിന്നും ഇവരുടെ ജീവിതം വഴിമാറിപ്പോകുകയായിരുന്നു.

*തകര*യിൽ അഭിനയസാധ്യതകൾ ഏറെയുള്ള ഒരു നാട്ടിൻപുറത്തുകാരിയും തന്റേടിയുമായ സുഭാഷിണി എന്ന കഥാപാത്രം സുരേഖ ഭാവോജ്ജ്വലമാക്കി എന്ന് സിനിമാസമൂഹം അവകാശപ്പെട്ടെങ്കിലും, നിർഭാഗ്യവശാൽ പ്രേക്ഷകമനസ്സിൽ സുരേഖ ഒരു ഗ്ലാമർ നടിയായി അടയാളപ്പെടുകയാണ് ചെയ്തത്. *തകര* ഹിറ്റായപ്പോൾ ഓഫറുകളുടെ വൻ കുതിപ്പുകൾ അവരെ തേടിവന്നു. പക്ഷേ, എല്ലാം അതേ ശ്രേണിയിലുള്ള കഥാപാത്രങ്ങളുടെ ആവർത്തനമായിരുന്നു. മലയാളത്തിൽ എണ്ണപ്പെട്ട സംവിധായകരുടെ ചിത്രങ്ങളിൽ അഭിനയിച്ചെങ്കിലും സുരേഖ എന്ന നടിയുടെ പ്രതിച്ഛായ ഗ്ലാമർ നടി എന്ന നിലയിൽനിന്ന് മാറ്റപ്പെട്ടില്ല.

*തകര*യിലെ സുഭാഷിണിയെ വളരെയധികം ഇഷ്ടപ്പെട്ടുതന്നെയാണ് ചെയ്തത്. ഭരതൻ കഥപറയുമ്പോൾ തന്റേടിയായ ഒരു നാട്ടിൻ പുറത്തുകാരിയെ സുരേഖ മനസ്സിൽ കണ്ടു. ആ കഥാപാത്രത്തെ ഇഷ്ടപ്പെട്ടുകൊണ്ടു തന്നെയാണ് കരാർ ഒപ്പിട്ടതും. പക്ഷേ, തിരുവനന്തപുരത്തെ ലൊക്കേഷനിൽ എത്തുമ്പോൾ സുരേഖ അന്തംവിട്ടുപോയി. ഇറുകിയ ബ്ലൗസും, ലുങ്കിയുമായി കോസ്റ്റ്യൂമർ മുന്നിൽ വന്നുനിന്നപ്പോൾ കിടുങ്ങിപ്പോയി എന്ന് അവർ ഓർക്കുന്നു.

"ഭരതൻ സർ പറഞ്ഞു, ഇത് കേരളത്തിന്റെ പരമ്പരാഗത വസ്ത്രധാരണരീതിയാണ്, അതിനെ എതിർക്കേണ്ടതില്ലെന്ന്. ഈ കഥാപാത്രം ഇത്തരം വസ്ത്രങ്ങളേ ധരിക്കൂ. സംവിധായകന്റെ വാക്കുകളിൽ ഞാൻ സമാധാനം കണ്ടു. അങ്ങനെയാണ് സുഭാഷിണി ആയത്. നന്നായി അഭിനയിച്ചിട്ടും, അവാർഡുകൾ തേടി വരുകയോ, എന്റെ അഭിനയത്തെ പ്രശംസിക്കുകയോ ഉണ്ടായില്ല. ശേഷിച്ചത് ഗ്ലാമർ ആർട്ടിസ്റ്റ് എന്ന പേര് മാത്രം."

ഇറുകിയ വസ്ത്രങ്ങൾക്കിടയിൽ കണ്ട ഗ്ലാമർ രംഗങ്ങൾ സിനിമയുടെ തലവിധി മാറ്റിയെങ്കിലും സുരേഖയ്ക്ക് ആ ചിത്രംകൊണ്ട് കാര്യമായ വളർച്ച ഉണ്ടായില്ല. അതിൽ നിരാശപ്പെടുകയും ചെയ്തു. *തകര*യ്ക്കുശേഷം കിട്ടിയ ചിത്രങ്ങളിലെല്ലാം ഒരു ബ്ലൗസും ലുങ്കിയും കൊണ്ടുവന്ന് ധരിക്കണമെന്ന് പറയും. അല്ലെങ്കിൽ ഒരു ഷോർട്ട്സും ബനിയനും തരും. അതൊരു മോഡേൺ ക്യാരക്റ്റർ ആണെന്ന് പറയും. *സിന്ദൂരസന്ധ്യയ്ക്കു മൗന*ത്തിൽ സ്വിമ്മിംഗ് ഡ്രസ്സ് ആയിരുന്നു വേഷം. ബുക്ക് ചെയ്യാൻ വരുമ്പോൾ ഇതൊന്നും പറയാറില്ല. സ്വിമ്മിംഗ് ഡ്രസ്സുമായി ഒരു ദിവസം മുഴുവൻ കരഞ്ഞു. എഗ്രിമെന്റ് വച്ചുപോയി. വേഷം ചെയ്തേ പറ്റൂ. ഇഷ്ടപ്പെടാത്ത വേഷം അന്ന് ചെയ്യേണ്ടിവന്നു. സിനിമ എന്താണെന്ന് അറിയില്ല. പറഞ്ഞുതരാൻ ഗോഡ്ഫാദർമാർ ഉണ്ടായിരുന്നില്ല. പിന്നീട് സിനിമാക്കളികൾ നന്നായി പഠിച്ചു.

സുരേഖ ജനിച്ചത് ആന്ധ്രാപ്രദേശിലാണ്. തമിഴ്നാട് മുഖ്യമന്ത്രി ആയിരുന്ന ജയലളിതയുടെ അമ്മ എൻ ആർ സന്ധ്യയുടെ ഉടമസ്ഥതയിലുള്ള ഫാക്ടറിയിലെ മാനേജരായിരുന്നു അച്ഛൻ. അമ്മ സ്കൂൾ ടീച്ചറായിരുന്നു. പിന്നീട് കുടുംബം മദ്രാസിലേക്ക് വന്നു. അവിടത്തെ ഹോളി എഞ്ചൽസ് കോൺവെന്റിൽ പഠനം. ഇതിനിടയിലാണ് സിനിമയിൽ അഭിനയിക്കാനുള്ള ഒരവസരം ഒരുങ്ങി വന്നത്. അന്ന് എട്ട് വയസ്സ്. *കരുണാമയുഡു* എന്ന തെലുങ്ക് ചിത്രത്തിനുവേണ്ടി സുരേഖയെ തെരഞ്ഞെടുത്തു. അതും രസകരമായ ഒരു കണ്ടെത്തലായിരുന്നു. വളരെ ഇന്നസെന്റായ ഒരു കുട്ടിയെ തേടി സംവിധായകൻ ഭീംസിംഗ് (സുകുമാരിയുടെ ഭർത്താവ്) നടക്കുന്ന സമയം. ഒന്നിലധികം കുട്ടികളെ കണ്ടെത്തിയെങ്കിലും ഒരാളിലും തൃപ്തി വരാതെ നിൽക്കുമ്പോഴാണ് സുരേഖയിലേക്ക് അന്വേഷണം ചെന്നെത്തുന്നത്. സംവിധായകൻ പ്രൊഡക്ഷൻ മാനേജരോട് പറഞ്ഞു ഇനി സ്റ്റിൽസ് ഒന്നും എനിക്ക്

കാണണ്ട. മേക്കപ്പ് ടെസ്റ്റ് നടത്തി കാണിക്കുക. സുരേഖ പഠിക്കുന്ന സ്കൂളിന്റെ വാതിൽക്കൽ അസോസിയേറ്റ് ഡയറക്ടർ നിലയുറപ്പിച്ചു. ഒരു ടീച്ചറിന്റെ സഹായത്തോടെ സുരേഖയുടെ കളിയും ചിരിയും തമാശയും ഒക്കെ അവർ ദൂരെനിന്ന് വീക്ഷിച്ചു. എല്ലാം പെർഫക്റ്റ്. പിന്നീട് അസോസിയേറ്റ് ഡയറക്ടർ സുരേഖയുടെ വീട്ടിൽ അഭിനയ ഓഫറുമായി എത്തി. പക്ഷേ, സുരേഖ എന്ന എട്ട് വയസ്സുകാരി അഭിനയത്തിന് എതിരായിരുന്നു. തനിക്ക് അഭിനയിക്കണ്ട, പഠിച്ചാൽ മതി. അച്ഛന്റെ നിരന്തരമുള്ള നിർബന്ധത്തിനുവഴങ്ങി മേക്കപ്പ് ടെസ്റ്റിന് അവൾ സമ്മതിച്ചു.

ആന്ധ്രയിലെ ജീവിതകാലത്തിനിടയിൽ, അച്ഛൻ രാമറാവു, നാടകത്തിലും ഏതാനും സിനിമകളിലും അഭിനയിച്ചിട്ടുണ്ട്. മകളെ വലിയ നടി ആക്കണമെന്ന മോഹം ആ പിതാവിന് ഉണ്ടായിരുന്നു. ഈ വാർത്ത രാമറാവുവിനെ സന്തോഷിപ്പിച്ചെങ്കിലും സിനിമയിലേക്ക് ഞാനില്ല എന്ന മകളുടെ പ്രഖ്യാപനം അച്ഛനെ വലച്ചു. പഠനം മുടങ്ങില്ലെന്നും, അവധി

ക്കാലത്തേ ഷൂട്ടിംഗ് ഉള്ളൂ എന്നൊക്കെ പറഞ്ഞ് അവളെ മേക്കപ്പ് ടെസ്റ്റിന് തയ്യാറെടുപ്പിച്ചു. മേരിമാതയുടെ വേഷത്തിലാണ് സുരേഖ അഭിനയിക്കുന്നത്. ആ വേഷത്തിലുള്ള കുറെ ചിത്രങ്ങൾ എടുത്തു. സുഖമില്ലാതെ ആശുപത്രിയിൽ കിടന്നിരുന്ന ഭീംസിംഗിന്റെ അടുത്തേക്ക് ചിത്രങ്ങൾ എത്തി. ചിത്രങ്ങൾ കണ്ടതിനുശേഷം ഭീംസിംഗ് പറഞ്ഞത് ഇങ്ങനെ ആയിരുന്നു:" ഈ കുട്ടിക്ക് വേണ്ടിയാണ് ഇതുവരെ കാത്തിരുന്നത്."

എട്ട് വയസ്സുള്ളപ്പോൾ 'മേരിമാത' ആയി സുരേഖ വേഷമിട്ടു. ചിത്രം വൻഹിറ്റായി. പല ഭാഷകളിലായി മൊഴിമാറ്റം ചെയ്യുകയും ചെയ്തു. മലയാളത്തിൽ *മിശിഖാചരിതം* എന്ന പേരിൽ റിലീസായി. ചിത്രം കണ്ട് ഭരതൻ സുരേഖയെത്തേടി എത്തുകയായിരുന്നു.

"എട്ടാം വയസ്സിൽപോലും സിനിമ വേണ്ടെന്നു പറഞ്ഞ് കരഞ്ഞ കുട്ടി ആയിരുന്നു ഞാൻ. ഇന്നും അതേ മനസ്സ് തന്നെയാണ്. നാല് വയസ്സുള്ളപ്പോഴാണ് എ വി എം പ്രൊഡക്ഷന്റെ ഒരു സിനിമയിൽ ആദ്യമായി അഭിനയിക്കുന്നത്. കൈയിലിരിക്കുന്ന മരുന്നുകുപ്പി നിലത്തേക്ക് വലിച്ചെറിയുന്ന ഒരു സീനുണ്ട്. ഈ ഷോട്ട് പല പ്രാവശ്യം റീടേക്ക് ചെയ്തു. ഞാൻ എങ്ങനെ കുപ്പി എറിഞ്ഞാലും സംവിധായകൻ ഓക്കെ പറയുന്നില്ല. ഇത്രയും പ്രാവശ്യം ചെയ്തില്ലേ, ഇനി എന്നെക്കൊണ്ട് പറ്റില്ല എന്ന് പറഞ്ഞ് ഞാൻ സെറ്റിൽനിന്നും ഇറങ്ങിപ്പോയി. പിന്നാലെ സംവിധായകൻ ഓക്കെ എന്ന് പറഞ്ഞ് വന്നു. അതോടെ എന്റെ അഭിനയം നിർത്തി. അമ്മയും പിന്നീട് അഭിനയിക്കാൻ നിർബന്ധിച്ചില്ല. നന്നായി പഠിക്കുന്ന കുട്ടി ആയിരുന്നു ഞാൻ. പഠിത്തത്തിൽ കൂടുതൽ ശ്രദ്ധവച്ചു. മേരിമാതയിൽ അഭിനയിക്കാൻ പ്രത്യേകകാരണം ഉണ്ടായിരുന്നു. ദൈവവിശ്വാസികളായ മാതാപിതാക്കളുടെ ഭക്തി എനിക്കും അനുജനും ഉണ്ടായിരുന്നു. മേരിമാതാ എന്ന പേരിലാണ് എന്റെ മനസ്സ് ഉടക്കിയത്.

*തകര*യിൽ അഭിനയിക്കുമ്പോൾ മലയാളത്തിൽ ഒരു വാക്ക് പോലും പറയാൻ അറിയില്ലായിരുന്നു. ഭരതൻ തന്നെ സംഭാഷണം വ്യക്തതയോടെ പറഞ്ഞു പഠിപ്പിച്ചു. അന്നത്തെ അസോസിയേറ്റ് ഡയറക്ടർ ജോർജ്ജ് കിത്തു ആയിരുന്നു. ഒരുപാട് സമയമെടുത്ത് ദീർഘമേറിയ ഡയലോഗ് സുരേഖയെ കിത്തു പറഞ്ഞു പഠിപ്പിച്ചു.

" അന്നെനിക്ക് ആകെ അറിയാവുന്ന ഒരു ഡയലോഗ് ഊണ് കഴിച്ചോ എന്ന് മാത്രമാണ്. കഥാപാത്രത്തിന്റെ പവർ അറിയണമെങ്കിൽ ഭാഷ അറിയണമല്ലോ. പക്ഷേ, അതിലെ സുഭാഷിണിയെ പത്മരാജൻ സാർ വ്യക്തമാക്കി തന്നിരുന്നു. *തകര*യിലെ കോസ്റ്റ്യൂംസ് കണ്ട് വിഷമിച്ചുനിന്ന എനിക്ക് സുഭാഷിണി വല്ലാത്തൊരു ത്രില്ലായിരുന്നു തന്നത്. ഭാഷ അറിയാതിരുന്നിട്ടും അധികം റീടേക്കുകൾ ഇല്ലാതെതന്നെ ആ വേഷം മികച്ചതാക്കാൻ സാധിച്ചു.

*തകര*യ്ക്ക് ശേഷം അഭിനയം തൊഴിലായി സ്വീകരിക്കുകയും ജീവി

ഭരതൻ

പത്മരാജൻ

തത്തോട് സിനിമയെ ചേർത്തുവയ്ക്കുകയും ചെയ്തിട്ടും ഒരു അഭിനേത്രിയുടെ മികവ് പ്രകടിപ്പിക്കാൻ തക്കവണ്ണം പിന്നീട് ഒരു വേഷവും കിട്ടിയില്ല എന്ന വേദന ഇന്നും സുരേഖ കൊണ്ടുനടക്കുന്നു. ഐ വി ശശി, ഭദ്രൻ ഉൾപ്പെടെ നിരവധി സംവിധായകരുടെ ചിത്രങ്ങളിൽ അഭിനയിച്ചു. എല്ലാവരുടെയും മനസ്സിൽ *തകരയാണ്* നിറം മങ്ങാതെ കിടന്നിരുന്നത്. സുരേഖയ്ക്ക് ഒരു വേഷം മാറ്റി വയ്ക്കുമ്പോൾ, ഇറുകിയ വസ്ത്രങ്ങളും, കാമക്കണ്ണുകളും എഴുത്തുകാരന്റെ ചിന്തയിൽ ഓടിയെത്തും. സുരേഖ ആ വേഷത്തോടെ അക്കാലത്ത് മലയാള സിനിമയെ സ്വീകരിക്കാൻ ഒരുങ്ങി നിൽക്കുമ്പോഴാണ് എല്ലാ കഥാപാത്രങ്ങളും ഒന്നുപോലെ തോന്നിയത്. അതുകൊണ്ടുതന്നെ മലയാളത്തിൽ, *തകരയ്ക്കുശേഷം* ഓർക്കാൻ ഒരു സിനിമപോലും ഇല്ലെന്ന് അവർ പറയുന്നു. പത്മരാജന്റെ *നവംബറിന്റെ നഷ്ടം* അഭിനയിച്ച ചിത്രങ്ങളിൽ ഭേദപ്പെട്ടതായിരുന്നു.

ഒരുപാട് ബന്ധങ്ങൾ ഒന്നും സുരേഖ ചലച്ചിത്രരംഗത്ത് സമ്പാദിച്ചില്ല. നടീനടന്മാരുടെയോ, സംവിധായകരുടെയോ നിർമ്മാതാക്കളുടെയോ സൗഹൃദവലയത്തിൽപ്പെട്ടതും ഇല്ല. ജോലികഴിഞ്ഞ് വീട്ടിലെത്തുക. പ്രാർത്ഥനകളിലും, വായനയിലും ഒതുങ്ങിക്കൂടുക ഇതായിരുന്നു അവരുടെ ജീവിതദിനങ്ങൾ. മലയാളത്തിൽ തനിക്ക് കാര്യമായ വേഷങ്ങൾ ലഭിച്ചിരുന്നില്ല എന്ന് ആരോടും പരാതിയും പറഞ്ഞിരുന്നില്ല. ക്രമേണ സിനിമയോട് ഒരുതരം അകൽച്ച സൂക്ഷിക്കാൻ തുടങ്ങി. പ്രത്യേ

കിച്ച് മലയാളത്തിൽനിന്നും ആരെങ്കിലും വിളിച്ചാൽ ഭയമായിരുന്നു. കഥ പറഞ്ഞ് വല്ലാതെ വിരട്ടി വയ്ക്കും. ലൊക്കേഷനിൽ എത്തുമ്പോൾ കാര്യങ്ങൾ മറ്റൊന്നായിരിക്കും.

"ചട്ടയും ബ്ലൗസുമായി വന്ന കോസ്റ്റ്യൂമറെ ചീത്തപറഞ്ഞ് ഓടിച്ചിട്ടുണ്ട്. കഥ പറയുമ്പോൾ ഈ ചട്ടക്കാരി ഇല്ല. ഷൂട്ടിംഗ് തുടങ്ങുമ്പോൾ എങ്ങനെ ചട്ടക്കാരി ആകും? പലരും എന്നെ പറ്റിക്കുകയായിരുന്നു. എന്റെ അഭിനയമല്ല, മാംസളമായ ശരീരഭാഗമാണ് അവർക്ക് ആവശ്യം. അതിനു നിന്നുകൊടുക്കാൻ ഞാൻ തയ്യാറുമല്ല."

സിനിമയിൽനിന്നും വലിയ നേട്ടങ്ങൾ ഒന്നും ഉണ്ടാക്കിയെടുക്കാൻ സുരേഖയ്ക്ക് കഴിഞ്ഞില്ല. മികച്ച വേഷങ്ങളോ, സാമ്പത്തികമോ ഒന്നും തന്നെ. മലയാളത്തിലും തമിഴിലുമായി എണ്ണത്തിൽ കുറവായ ചിത്രങ്ങളിലേ അവർ അഭിനയിച്ചിരുന്നുള്ളൂ. പണം സമ്പാദിക്കാൻവേണ്ടി ആയിരുന്നു സിനിമയിലെത്തിയതെങ്കിൽ വേഷം ഇഷ്ടപ്പെടാതെ അഡ്വാൻസ് തുക മടക്കിക്കൊടുത്ത് മദ്രാസിലേക്ക് ട്രെയിൻ പിടിക്കേണ്ടിവരില്ലായിരുന്നു. എങ്കിലും സുരേഖയെ ഇഷ്ടപ്പെടുന്നതും സ്നേഹത്തോടെ നോക്കിക്കാണുന്നതും, സിനിമ നൽകിയ, മാഞ്ഞുപോകാത്ത പ്രശസ്തി കൊണ്ടുതന്നെ.

വൈവാഹികജീവിതം മുറിപ്പാടുകളുടേതായിരുന്നു. പൊരുത്തക്കേടിലൂടെ ആയിരുന്നു ആ യാത്ര. കുടുംബജീവിതം പകുതിവഴിയിൽ അവസാനിക്കാതിരിക്കാൻ സഹനത്തിന്റെ ഏതറ്റംവരെയും താഴ്ന്ന് വരാൻ അവർ ഒരുക്കമായിരുന്നു. പക്ഷേ, അതൊക്കെ ആയുധമാക്കി, അവരെ കീഴ്പ്പെടുത്താൻ അയാൾ മുന്നിട്ടിറങ്ങിയപ്പോൾ, ഇനിയും ഒത്തുതീർപ്പുകൾ അസാധ്യമായപ്പോൾ കുടുംബജീവിതം മതിയാക്കി രണ്ടാളും രണ്ടുവഴിക്ക് പിരിഞ്ഞു.

ഡോക്ടറായ ശ്രീനിവാസനെയാണ് സുരേഖ വിവാഹം കഴിച്ചത്. ഒരു പ്രണയത്തിന്റെ ബാക്കിപത്രമായിരുന്നു ആ വിവാഹം. അതിൽ കാത

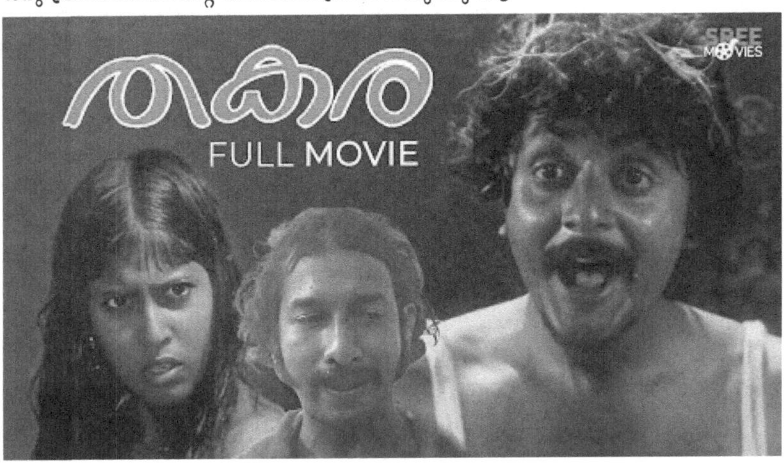

സുരേഖ

റീൻ എന്ന മകളുമുണ്ട്. അഭിനയം മതിയാക്കിയാണ് വിവാഹജീവിതം ആരംഭിച്ചത്, അതും സ്വന്തം ഇഷ്ടപ്രകാരമായിരുന്നു സിനിമ ഉപേക്ഷിച്ചത്. സിനിമയും ജീവിതവും ഒരുമിച്ചു കൊണ്ടുപോകാൻ ബുദ്ധിമുട്ടുകൾ ഏറെ തരണം ചെയ്യേണ്ടി വരും. നല്ല ഭാര്യയായും നല്ല അമ്മയായും ജീവിക്കാനായിരുന്നു സുരേഖ ആഗ്രഹിച്ചത്. പക്ഷേ, വിധി മറ്റൊന്നായിരുന്നു തീരുമാനിക്കപ്പെട്ടിരുന്നത്.

"എല്ലാവരും കരുതും സുരേഖയ്ക്ക് ഒരു ഡോക്ടറെ ഭർത്താവായി കിട്ടിയില്ലേ. ഇനി സന്തോഷത്തോടെ കഴിയാമല്ലോ എന്നൊക്കെ. പക്ഷേ, അതൊക്കെ നമ്മുടെ കൈയിലല്ലല്ലോ? മൂന്ന് കൊല്ലം മാത്രം ഞാൻ സന്തോഷത്തോടെ ജീവിച്ചു. പിന്നെ താളപ്പിഴകളുടെ നാളുകളായിരുന്നു. എരിയുന്ന കനലിലൂടെയുള്ള യാത്ര. ഒരുപാട് കോംപ്രമൈസ് ചെയ്തു. ഒരു വഴിക്കും അദ്ദേഹം വന്നില്ല. ബന്ധുക്കളും, അയൽവാസികളും ചോദിച്ചു. എന്തിന് നീ ഇങ്ങനെ സഹിക്കണം. കളഞ്ഞേക്ക്. കളയാൻ പറയാൻ എളുപ്പമാണ്. മകളുടെ നാളത്തെ ഭാവി ഓർക്കാതെ എല്ലാം വലിച്ചെറിഞ്ഞ് തിരിച്ചു നടക്കാൻ കഴിയുമോ? ഒടുവിൽ എല്ലാം ശാന്തമായി. ഞാൻ മുൻകൈ എടുക്കാതെതന്നെ അദ്ദേഹം എന്നെ വിട്ടുപോയി. ജീവിതത്തിലെ ഏറ്റവും ദുഃഖം നിറഞ്ഞ മൂന്ന് ആണ്ടുകൾ."

സുരേഖയുടെ കുടുംബജീവിതം നഷ്ടങ്ങളുടേതായിരുന്നെങ്കിലും കാതറീൻ എന്ന മകൾ അമ്മയ്ക്ക് ജീവനാണ്. അമ്മയ്ക്ക് സ്നേഹിക്കാൻ ഒരു മകളും മകൾക്ക് സ്നേഹിക്കാൻ ഒരു അമ്മയും - ഇന്നത്തെ ജീവിതം ഇങ്ങനെയാണ്. ഒരു സങ്കടകാലത്തും തളർന്നുപോകാത്ത സ്ത്രീത്വത്തിന്റെ പ്രകാശമാനമായ മുഖമാണ് സുരേഖയുടേത്.

വിവാഹത്തിനുശേഷം സിനിമകൾ വേണ്ടെന്നുവച്ചു. എങ്കിലും വേർപിരിയലിനുശേഷം ഒരു മടങ്ങിവരവ് അവർ ആഗ്രഹിച്ചു. മലയാള സിനിമയിലേക്കുതന്നെ ഒരു മടക്കയാത്ര നടത്തിനോക്കി. പക്ഷേ, ആ വര

വിലും മനസ്സിന് ഇഷ്ടപ്പെട്ട ഒരു വേഷവും കിട്ടിയില്ല! സുരേഖ എന്ന് കേൾക്കുമ്പോൾ ചട്ടയും മുണ്ടും, സ്വിമ്മിംഗ് ഡ്രസ്സുമായി സംവിധായ കരും എഴുത്തുകാരും സടകുടഞ്ഞ് എണീൽക്കും. ഒടുവിൽ സുരേഖ സിനിമ തന്നെ വേണ്ടെന്ന് വച്ചു. ഡേറ്റ് അന്വേഷിച്ചുവരുന്നവരോട് അവർ പറഞ്ഞു ഹയർ സ്റ്റഡീസിന് തയ്യാറെടുക്കുകയാണെന്ന്. പക്ഷേ, സംഭ വിച്ചതും അതു തന്നെ. നേരത്തെ ഇംഗ്ലീഷ് സാഹിത്യത്തിൽ ബിരുദാ നന്തര ബിരുദം നേടിയിരുന്നു. തുടർന്ന് ഹിന്ദിയിൽ എം എ പരസ്യകല, അക്യുപംക്ചർ, ഹെൽത്ത് ആന്റ് ന്യൂട്രിഷ്യൻ എന്നിങ്ങനെയുള്ള കോഴ്സുകളിൽ ഡിപ്ലോമ എടുത്തു. എപ്പോഴും പുതിയ പഠനങ്ങൾ ജീവിതവഴിയിൽ വെളിച്ചമായി വന്നേക്കാം. സിനിമയിൽ ഒന്നും നേടിയി ല്ലെങ്കിലും വിദ്യാഭ്യാസത്തിൽ അവർ ആഗ്രഹിച്ചതെല്ലാം നേടി എടുത്തു.

സിനിമയ്ക്ക് പുറത്ത് സുരേഖ തിരക്കിലായിരുന്നു. ചെന്നൈ മീഡിയ പ്ലസ് എന്നൊരു പരസ്യകമ്പനി, ആയുർരേഖ എന്ന പേരിൽ ഒരു ആയുർ വേദ റിസർച്ച് സെന്റർ ഇവയുടെയൊക്കെ സാരഥ്യം. മഹാബലിപുരത്ത് കടലോരത്തായി വലിയൊരു റിസോർട്ടിലായിരുന്നു ആയുർവേദ സെന്റർ. ക്യാൻസറുമായി ബന്ധപ്പെട്ട ആയുർവേദ റിസർച്ചാണ്. തമിഴ്നാട്ടിൽ മൂന്ന് സെന്ററുകൾ വേറെയും. നിരവധി പാവപ്പെട്ട രോഗികൾക്ക് ആയുർരേഖയുടെ സൗജന്യപരിചരണവും സംരക്ഷണവും അവർ നൽകിവന്നു.

പുതിയ മേഖലകളിൽ സജീവമായി പ്രവർത്തിച്ചുകൊണ്ട്, തന്റെ അത്രയൊന്നും ശോഭനമല്ലാത്ത ഇന്നലെകളെ ഓർത്തും, ഓർക്കാതെയും, വേദനിച്ചും വേദനകളെ മറന്നും ചെന്നൈയിലെ ജീവിതം മുന്നോട്ട് കൊണ്ടുപോകുന്നതിനിടയിൽ ഒരു രാത്രി മരണം നിശ്ശബ്ദമായി വന്ന് സുരേഖയെ ചേർത്തുപിടിച്ച് കൊണ്ടുപോയി.

പാലാ തങ്കം
ഇരുളിലൂടെയും വെളിച്ചത്തിലൂടെയും നടന്നെത്തിയ ഒരാൾ

"ഞാനിപ്പോൾ ആലോചിക്കുന്നത് ആത്മഹത്യയെക്കുറിച്ചാണ്." മനോബലം നഷ്ടപ്പെട്ട ഒരമ്മ എന്നോട് പറഞ്ഞതാണ് ഇവിടെ കുറിച്ചത്. തിരുവനന്തപുരത്തിനടുത്തുള്ള കരുമം എന്ന സ്ഥലത്ത് ഒരു വനിതാ ഹോസ്റ്റലിൽ വച്ച് ആ അമ്മയെക്കണ്ടപ്പോൾ അവർ വല്ലാതെ പരിക്ഷീണയായിരുന്നു. നിരവധി രാത്രികളിൽ ഉറക്കം നഷ്ടപ്പെട്ട ക്ഷീണിച്ച മുഖം. എപ്പോഴും നെറ്റിയിൽ തെളിയുന്ന കുങ്കുമപ്പൊട്ടും, ചന്ദനക്കുറിയും അപ്പോൾ കണ്ടില്ല. ഹോസ്റ്റൽ വാർഡൻ ഒരു ചെറുപ്പക്കാരിയാണ്. അവർ പറഞ്ഞു.

"അമ്മ എപ്പോഴും മൂഡി ആയി ഇരിക്കുന്നു. ഹോസ്റ്റൽ ഫീസ് വാങ്ങാതെയാണ് അമ്മയെ ഇവിടെ പാർപ്പിച്ചിരിക്കുന്നത്. എന്റെ അമ്മയെപ്പോലെ ഞങ്ങൾ എല്ലാവരും നോക്കുന്നുണ്ട്. ഇവിടത്തെ വലിയ ശബ്ദം അമ്മയുടേതാണ്. എന്നിട്ടും എപ്പോഴും കരച്ചിലാണ്."

മുറിയിലേക്ക് ഒന്ന് നോക്കി. ചുവരിലും, ഷെൽഫിലും നിറയെ ദൈവങ്ങൾ - മുരുകനും ശിവനും അയ്യപ്പനും ഒക്കെയുണ്ട്. അവർക്കിടയിൽ യേശുക്രിസ്തുവും വേളാങ്കണ്ണിമാതാവും ഉണ്ട്. അതിന് മുന്നിൽ

തളർന്നിരിക്കുന്ന ഒരമ്മ. ആരാണ് ഈ അമ്മ? ഒരുമാസത്തിനുമുൻപ് ശേഷിച്ച ജീവിതവുമായി ഇവിടെ എത്തിയതാണ്. ഒരു പരിചയക്കാരി വഴിയാണ് ഹോസ്റ്റലിലെത്തുന്നത്. സാമ്പത്തികമായി തരാൻ ഒന്നുമില്ല എന്ന മുഖവുരയോടുകൂടിയാണ് വലതുകാൽ വച്ച് അവിടെ കയറിയത്. ഒന്നും വേണ്ട. ഞങ്ങൾക്കൊരു അമ്മയെ മതി എന്നുള്ള മറുപടിയോടു കൂടി പതിനേഴ് അന്തേവാസികളുള്ള ആ ഗൃഹം അവരെ സ്വീകരിച്ചു. എന്നിട്ടും മനസ്സ് ശാന്തമാകാത്തതെന്താണ്.

നൂറിലധികം സിനിമകളിൽ അഭിനയിക്കുകയും ആയിരത്തിലേറെ സിനിമകളിൽ ഡബ്ബിംഗ് ആർട്ടിസ്റ്റായും, ഏതാനും സിനിമകളിലും നാടകങ്ങളിലും ഗായികയായും മലയാള ചലച്ചിത്ര നാടകരംഗത്ത് നിറഞ്ഞുനിന്ന ആ അമ്മയുടെ പേര് പാലാ തങ്കം എന്നായിരുന്നു. അവരിപ്പോൾ ഒരജ്ഞാതവാസത്തിലാണ്. കലാകേരളത്തിന് പാലാ തങ്കം ജീവിച്ചിരിക്കുന്നോ മരിച്ചോ എന്ന് അന്വേഷിക്കാൻ സമയം കിട്ടിയില്ല, ഞാനിവിടെ ഉണ്ട് എന്ന് പറയാനും അവർ ഒരുക്കമല്ല. ശേഷിച്ചകാലം കഷ്ടപ്പെടാതെ മരിക്കണമെന്ന ആഗ്രഹം മാത്രം.

നിറകണ്ണുകളോടെ എന്റെ മുന്നിലിരിക്കുന്ന പാലാ തങ്കത്തെ നോക്കിയിരിക്കുമ്പോൾ ഒരൽപ്പം പിന്നിലേക്ക് എന്റെ ചിന്ത പോകുകയായിരുന്നു.

എൺപതുകളിൽ മദ്രാസിലെ സാലി ഗ്രാമത്തിൽ കരുണാനിധി തെരുവിൽ സാമാന്യം ഭേദപ്പെട്ട ഒരു വീട്ടിൽ, രാജകീയപ്രൗഢിയോടെ പാലാ തങ്കം എന്ന യുവതി താമസിച്ചിരുന്നു. വീട്ടുപടിക്കൽ ഒരു കാറു വന്നു നിൽക്കും. ആ കാറ് പിന്നീട് വാഹിനി സ്റ്റുഡിയോയിലേക്കും, എ വി എമ്മിലേക്കും, ഭരണിയിലേക്കും അവരെ കൊണ്ടാക്കും. അവിടെ നിന്നും വീണ്ടും മറ്റ് സ്റ്റുഡിയോകളിലേക്കുള്ള യാത്രകൾ. രാത്രി വൈകുവോളം ഇങ്ങനെയുള്ള സ്റ്റുഡിയോ യാത്രകൾ. വളരെ തിരക്കുള്ള ഡബ്ബിംഗ് ആർട്ടിസ്റ്റിന്റെ ജീവിതത്തിലൂടെ കടന്നുപോയ വർഷങ്ങൾ. പിന്നെ എവിടെമുതലാണ് താളപ്പിഴ സംഭവിച്ചത്? ചിത്രങ്ങൾ കുറഞ്ഞു. മകൾ ഉൾപ്പെടെ ബന്ധുക്കൾ കൈയൊഴിഞ്ഞു. വരുമാനം നിലച്ചു. ഒരു നേരത്തെ ഭക്ഷണത്തിന് ബുദ്ധിമുട്ടുന്ന ദിവസങ്ങളുമുണ്ടായി. പിന്നെ ആരുടെ ഒക്കെയോ സഹായത്താൽ തിരുവനന്തപുരത്തെത്തി പലപല സ്ഥലങ്ങളിൽ, ഹോസ്റ്റലുകളിൽ, പലരുടെയും ഔദാര്യത്തിൽ ജീവിതം മുന്നോട്ട് കൊണ്ടുപോകുന്നതിനിടയിലാണ് കരുമത്തെ ഈ ഹോസ്റ്റലിൽ അവരുണ്ടെന്ന് അറിഞ്ഞത്.

ഏഴുവയസ്സുമുതൽ സംഗീതം പഠിച്ചു. ചെറിയ കുട്ടിയായിരിക്കുമ്പോൾമുതൽ മനസ്സിൽ തെളിഞ്ഞുവന്ന ആഗ്രഹമായിരുന്നു സിനിമയിൽ പാടണമെന്ന്. അച്ഛൻ അമ്മയെ ഉപേക്ഷിച്ച് നാടുവിട്ടുപോയി. വളർത്തച്ഛന്റെ സംരക്ഷണയിലാണ് തങ്കവും സഹോദരങ്ങളും വളർന്നത്. സംഗീതത്തിലെ അഭിരുചി മനസ്സിലാക്കി പ്രസിദ്ധനായ സംഗീതജ്ഞൻ എൽ പി ആർ വർമ്മയുടെ കീഴിൽ സംഗീതം പഠിച്ചു. പഠനം പുരോഗമി

ക്കുന്നതിനിടയിലാണ് ആലാപനത്തിലെ മികവ് കണ്ട് അന്നത്തെ *ദേശബന്ധു* പത്രത്തിന്റെ പത്രാധിപർ ആർ കെ കർത്ത, സിനിമയിൽ പാടാനുള്ള അവസരം ഒരുക്കിക്കൊടുത്തത്. കുഞ്ഞുന്നാളിലേ കൊണ്ടുനടന്ന ആഗ്രഹം. അത് സാധിക്കാൻ പോകുന്നു. ആ നാളുകളെക്കുറിച്ച് അവർ ഓർക്കുന്നത് ഇങ്ങനെയാണ്.

"അന്നൊക്കെ ഉച്ചവരെ പാട്ട് ക്ലാസ് ഉണ്ടാവും. സിനിമയിൽ പാടാൻ അവസരം കിട്ടിയെന്ന് അറിഞ്ഞപ്പോൾ രാവിലെ മുതൽ ക്ലാസ് മുടക്കി കൂട്ടുകാരികളൊപ്പം എന്റെ പുതിയ വിശേഷം പറഞ്ഞു നടന്നു. ആർക്കും കിട്ടാത്ത ഒരു ഭാഗ്യം. അന്ന് മലയാളസിനിമ മുഴുവൻ മദ്രാസിലാണ്. മദ്രാസ് എവിടെയാണോ, അങ്ങോട്ട് പോകേണ്ടത് ട്രെയിനിലാണോ, ബസ്സിലാണോ എന്നൊന്നും അറിയില്ല. പക്ഷേ, അതിനെക്കുറിച്ചൊക്കെ വളർത്തച്ഛന് നല്ല ധാരണ ഉണ്ടായിരുന്നു."

വളർത്തച്ഛനോടൊപ്പം ട്രെയിനിൽ മദ്രാസിലെത്തി. സ്റ്റേഷനിൽ ഒരു ബന്ധു വരാമെന്ന് ഏറ്റിരുന്നെങ്കിലും അയാൾ വന്നില്ല.

സിനിമാമോഹവുമായി വന്നെത്തുന്നവരെ മാടി വിളിക്കുന്ന മായാനഗരമായ കോടമ്പാക്കത്തേക്ക് അച്ഛനും മകളും പ്രവേശിക്കുകയാണ്. എവിടെ തിരിഞ്ഞുനോക്കിയാലും സിനിമാ സ്റ്റുഡിയോകൾ മാത്രം. സംഗീതം പഠിച്ച ഒരാൾ എന്ന നിലയിൽ എസ് ജാനകിയോ പി ലീലയോ ആവാൻ കഴിഞ്ഞില്ലെങ്കിലും അതിനുതാഴെ എവിടെയെങ്കിലും ഒരു സ്ഥാനം കിട്ടുമെന്ന് മനസ്സിലുറപ്പിച്ചുകൊണ്ടാണ് കോടമ്പാക്കത്തെ ചെറിയൊരു ലോഡ്ജിൽ ആ രാത്രി അന്തിയുറങ്ങിയത്.

ആലുവയിലുള്ള അജന്തസ്റ്റുഡിയോ നിർമ്മിക്കുന്ന *കെടാവിളക്ക്* എന്ന സിനിമയിൽ പാടാനാണ് മദ്രാസിലെത്തിയത്. എങ്ങനെ മൈക്കിന്റെ മുന്നിൽ നിൽക്കണമെന്നും, സംഗീതത്തിന്റെ അകമ്പടിയോടെ എങ്ങനെ പാടിത്തുടങ്ങണമെന്നും സംഗീതസംവിധായകൻ പറഞ്ഞുകൊടുത്തു. ഒന്ന് രണ്ട് റിഹേഴ്സലിനുശേഷം രണ്ട് പാട്ടുകൾ

റെക്കോർഡ് ചെയ്തു. ചിത്രത്തിന്റെ നിർമ്മാതാവ് നമ്പ്യാർ, പാടാൻ എത്തിയ തങ്കത്തിന് നല്ല പ്രതിഫലവും നൽകിയായിരുന്നു നാട്ടിലേക്ക് യാത്രയാക്കിയത്.

റെക്കോഡിംഗിനിടയിൽ അപ്രതീക്ഷിതമായി കടന്നുവന്ന മറ്റൊരു ഭാഗ്യത്തെക്കുറിച്ചും പാലാ തങ്കം ഇന്നും ഓർക്കുന്നു.

"റെക്കോഡിംഗ് കഴിഞ്ഞതിനുശേഷം നമ്പ്യാർ സാർ പറഞ്ഞു, ഈ ചിത്രത്തിലെ ഗായിക മാത്രമല്ല ഇതിലൊരു ചെറിയ വേഷംകൂടി ചെയ്യണം. ബേബി ഗിരിജ എന്ന അഭിനേത്രിയുടെ അനുജത്തിയായി തങ്കം അഭിനയിക്കണം."

ഒട്ടും പ്രതീക്ഷിക്കാത്ത വാർത്ത ആയിരുന്നു അത്. അതും സത്യന്റെ അനുജത്തിയുടെ വേഷം. ഷൂട്ടിംഗ് തുടങ്ങി. ആദ്യമായി ക്യാമറയും സെറ്റും ഒക്കെ കണ്ട് അന്ധാളിച്ചുനിന്ന പെൺകുട്ടി. സത്യൻ മാഷ് തോളിൽ തട്ടിക്കൊണ്ട് പറഞ്ഞു.

"പരിഭ്രമിക്കണ്ട. സംവിധായകൻ പറയുന്നതുപോലെ ചെയ്താൽ മതി."

ഒരു സഹോദരി എന്നപോലെ സത്യൻ മാഷ് വേണ്ട പ്രോത്സാഹനം നൽകി. മൂന്ന് ദിവസത്തെ അഭിനയത്തിനുശേഷം നാട്ടിലേക്കു തിരിച്ചു.

പക്ഷേ, വിധി മറ്റൊന്നായിരുന്നു. *കെടാവിളക്ക്* പുറത്ത് വന്നില്ല. ഗായികയായും അഭിനേത്രിയായും സിനിമയിലേക്കുള്ള തുടക്കം പിഴച്ചു. സിനിമ തന്ന ബാല്യകാല സ്വപ്നം ഏകദേശം പൊലിഞ്ഞുപോയ അവസ്ഥ. ഇനിയെന്തു ചെയ്യും. ആകെ അറിയാവുന്ന രണ്ട് ജോലികൾ അഭിനയവും സംഗീതവുമായിരുന്നു. അവിടെയും വിജയിക്കാൻ കഴിഞ്ഞില്ല. പാലായിലെ പ്രമാണിമാരുടെ വീടുകളിൽ അടുക്കളപ്പണിക്കു പോകാൻ അയൽവാസികൾ നിർബന്ധിച്ചു. പക്ഷേ, കല എന്ന മാസ്മരികശക്തി ഉള്ളിൽ തിളച്ചുപൊന്തുന്നു. അതിന്റെ ശക്തി പാലാ തങ്കത്തിന് നല്ല ബോധ്യമുണ്ടായിരുന്നു. പട്ടിണികിടന്നാലും മറ്റൊരു തൊഴിലുതേടി പോകുന്നില്ല എന്ന് തീരുമാനിച്ചു. വീട്ടിൽത്തന്നെ കുറെക്കാലം ഇരുന്നു.

സിനിമയിൽ പാടാൻ അവസരം കിട്ടിയ ഗായിക എന്ന ഖ്യാതി, നാടകരംഗത്ത് പരന്നു. ഒരു ദിവസം നാടകവുമായി പ്രവർത്തിക്കുന്ന ഒരാൾ വീട്ടിലെത്തി നാടകത്തിൽ പാടിക്കൂടേ എന്ന് അന്വേഷിച്ചു. സിനിമയിലെ തുടക്കം പരാജയപ്പെട്ടു. തന്നെ തേടിവന്ന നാടകത്തെ എന്തിന് ഉപേക്ഷിക്കണം. വീട്ടിലെ കടുത്ത ദാരിദ്ര്യം മറികടക്കണമെങ്കിൽ എവിടെയെങ്കിലും കയറിപ്പറ്റണം. ചങ്ങനാശ്ശേരി കേന്ദ്രീകരിച്ചുള്ള നാടകസംഘങ്ങളിൽ ഒന്നു രണ്ട് പാട്ടുകൾ പാടാൻ അവസരം ലഭിച്ചു. അതോടെ സിനിമ-നാടക പിന്നണിഗായിക എന്ന പേര് നാട്ടിൽപാട്ടായി. പാലായിലെ വലിയ പള്ളികളിൽ പാടാൻ അവസരം കിട്ടി. സുപ്രസിദ്ധ പിന്നണിഗായിക ഇന്ന് നമ്മുടെ പള്ളിയിൽ പാടുന്നു. ഇതായിരുന്നു അന്നത്തെ പരസ്യം.

"അച്ഛന്മാരുടെ പ്രോത്സാഹനം എന്റെ കുടുംബത്തിന്റെ പട്ടിണി മാറ്റാൻ സഹായിച്ചു. ഒരു കലാകാരി എന്ന നിലയിൽ എന്റെ വളർച്ചയിലും അവരുടെ പിൻതുണയുണ്ടായിരുന്നു.

നാടകഗാനരംഗത്തുനിന്നാണ്, അഭിനയത്തിലേക്ക് കൂടുതൽ സജീവമാകുന്നത്. എൻ എൻ പിള്ളയുടെ നേതൃത്വത്തിലുള്ള വിശ്വകലാ സമിതിയിൽ എത്തുന്നത് ഒരു നിമിത്തമായിരുന്നു. ആ സമിതിയുമായി ബന്ധപ്പെട്ട ഒരാൾ തങ്കത്തിന്റെ അമ്മയോട് പറഞ്ഞു.

"മകൾക്ക് ഒരുപാട് കഴിവുകളുണ്ട്. സിനിമ മാത്രം സ്വപ്നം കണ്ടിരുന്നാൽ വിജയിക്കണമെന്നില്ല. നാടകത്തിൽ അഭിനയിക്കാൻ ഒരവസരം ഞാൻ ശരിയാക്കിത്തരാം."

പരിചയക്കാരൻ വഴി വിശ്വകലാസമിതിയിലെത്തി. അന്ന് മൗലികാവകാശം എന്ന നാടകത്തിന്റെ റിഹേഴ്സൽ നടക്കുകയാണ്. അരണ്ട വെളിച്ചമുള്ള റിഹേഴ്സൽ ക്യാമ്പിന്റെ മുറ്റത്തുവച്ച് തങ്കത്തെ എൻ എൻ പിള്ള കാണുന്നു.

"നീ അങ്ങോട്ട് ഒന്ന് നടക്ക് പെണ്ണേ" എൻ എൻ പിള്ള പറഞ്ഞു. തങ്കം ഒരൽപ്പം സ്റ്റൈലിൽത്തന്നെ നടന്ന് കാണിച്ചു. പിന്നെ എൻ എൻ പിള്ളയുടെ മുന്നിൽ ഭയഭക്തിയോടെ നിന്നു. ആ മുഖത്ത് ഒട്ടും തൃപ്തിയുണ്ടായിരുന്നില്ല. നോക്കട്ടെ എന്ന് ഒറ്റവാക്കിൽ ഒതുക്കി. എങ്കിലും സംവിധായകന്റെ മനസ്സിൽ തങ്കം എന്ന കലാകാരിയുടെ സാധ്യതകൾ കണ്ടിരിക്കണം.

"എന്തായാലും രാത്രി മടങ്ങിപ്പോകണ്ട. ഇന്നുതന്നെ റിഹേഴ്സൽ തുടങ്ങാം."

വിശ്വകലാസമിതിയിലെ ആ രാത്രിയിൽ എൻ എൻ പിള്ള എന്ന മഹാനടൻ, സംവിധായകൻ തലയിൽ തൊട്ട് അനുഗ്രഹിച്ചുകൊണ്ട് സംഭാഷണം പറഞ്ഞു പഠിപ്പിച്ചു. തുടക്കം പിഴച്ചില്ല. പാലാ തങ്കം എന്ന നാടകനടിയുടെ വളർച്ച അവിടെ ആരംഭിക്കുന്നു. പിന്നീട് നിരവധി സമി

തികളിലൂടെയുള്ള യാത്ര തുടർന്നു. പ്രധാനനടിയായും നായികയായും എത്രയെത്ര നാടകങ്ങൾ.

അന്നൊക്കെ കെ പി എ സിയിൽ ഒരു വേഷം മികച്ച കലാകാരികൾക്ക് മാത്രമേ ലഭിച്ചിരുന്നുള്ളൂ. അവിടെ നായിക ആയിത്തന്നെ അവരെത്തി.

*ശരശയ്യ*യിൽ എഴുപതുകാരിയായ അമ്മവേഷത്തിൽ അഭിനയിക്കുമ്പോൾ വയസ്സ് ഇരുപത്. ഇളംപ്രായത്തിൽ വാർധക്യത്തിന്റെ അവശതകളോടുകൂടി ഒരു കഥാപാത്രത്തെ പ്രേക്ഷകരുടെ മനസ്സിൽ പ്രതിഷ്ഠിക്കാൻ കഴിഞ്ഞത് കയ്യടിച്ച് ജനം സ്വീകരിച്ചു. ഹിന്ദി ചലച്ചിത്രവേദിയിലെ അന്നത്തെ ശ്രദ്ധേയയായ നടി ലളിതാ പവാറുമായിട്ടായിരുന്നു താരതമ്യം ചെയ്തിരുന്നത്. *അശ്വമേധം, സർവ്വേക്കല്ല്, മൂലധനം, നിങ്ങളെന്നെ കമ്യൂണിസ്റ്റാക്കി* തുടങ്ങി കെ പി എ സിയുടെ പ്രസിദ്ധമായ നാടകങ്ങളിലെല്ലാം വലിയ വേഷങ്ങൾതന്നെ അവതരിപ്പിച്ചിട്ടുണ്ട്.

കെ പി എ സിയിൽ നിന്നാണ് വീണ്ടും ചലച്ചിത്രരംഗത്തേക്കുള്ള ഒരു രണ്ടാം ഊഴം തരപ്പെട്ടത്. മുമ്പ് *കെടാവിളക്കിൽ* പാടുകയും അഭിനയിക്കുകയും ചെയ്തിരുന്നെങ്കിലും ചലച്ചിത്രജീവിതം പാതിവഴിയിൽ നിന്നുപോയി. ഇപ്പോൾ നഷ്ടപ്പെട്ട ആ ജീവിതം അവരെ തേടി വരുകയാണ്. ഉദയാ സ്റ്റുഡിയോയിലെ കുഞ്ചാക്കോ മുതലാളിയുടേതാണ് ക്ഷണം. പക്ഷേ, അമ്മ ചലച്ചിത്രരംഗത്തേക്കുള്ള പുനർപ്രവേശത്തെ ശക്തിയായി എതിർത്തു. കുടുംബത്തിൽ പിറന്നവർക്ക് അന്ന് സിനിമ വിലക്ക് കൽപ്പിച്ചിരുന്ന കാലം. അഞ്ച് രൂപയുടെ സഹായംപോലും നൽകാതിരുന്ന ബന്ധുക്കളും ഇക്കാര്യം അറിഞ്ഞപ്പോൾ എതിർത്തു. പെണ്ണുങ്ങൾ നശിക്കാനാണ് സിനിമയിൽ പോകുന്നത്. അവർ അമ്മയെ നിരന്തരം ഉപദേശിച്ചുകൊണ്ടിരുന്നു. പക്ഷേ, തങ്കത്തിന് ദൃഢനിശ്ചയം ഉണ്ടായിരുന്നു. ആര് എതിർത്താലും താൻ അഭിനയിക്കുകതന്നെ ചെയ്യും.

“അമ്മ എന്നോടൊപ്പം വന്നാലും ഇല്ലെങ്കിലും കുഞ്ചാക്കോ മുതലാളിയുടെ സിനിമയിൽ ഞാൻ അഭിനയിക്കും.”

അതൊരു താക്കീതായിരുന്നു. മകളുടെ ആ ഉറച്ച തീരുമാനത്തിനു മുന്നിൽ അമ്മയ്ക്ക് എതിർത്ത് നിൽക്കാൻ കഴിയില്ലെന്ന് അറിയാം. വൈകുന്നേരത്തെ ബസ്സിൽ പാലായിൽനിന്നും അമ്മയും മകളും ആലപ്പുഴയിലേക്കു തിരിച്ചു. ഉദയാസ്റ്റുഡിയോയിൽ അപ്പോൾ *കടലമ്മ* എന്ന ചിത്രത്തിന്റെ ഷൂട്ടിംഗ് നടക്കുകയാണ്. ബ്രേക്ക് സമയത്ത് കുഞ്ചാക്കോയുടെ മുന്നിൽ തങ്കം എത്തി. ഇതിനകം നാടകങ്ങളിലെ അഭിനയമികവ് ശാരംഗപാണി, മുതലാളിയെ അറിയിച്ചിരുന്നു. അതുകൊണ്ടുതന്നെ പത്തിൽ ഒൻപതു മാർക്ക് അദ്ദേഹം മനസ്സിൽ കുറിച്ചു. നേരിൽ കണ്ടപ്പോൾ അത് പത്തിൽ പത്തായി. ഉടനെ തന്നെ മേക്കപ്പ് ഇടാൻ പറഞ്ഞു. അടുത്തദിവസം മുതൽ *കടലമ്മ*യിൽ സത്യന്റെ അമ്മയായി അഭിനയിച്ചു തുടങ്ങി.

പി ഭാസ്കരൻ

അതൊരു നല്ല തുടക്കമായിരുന്നു. അന്നത്തെ പ്രസിദ്ധരായ അഭിനേതാക്കളെപോലെ പാലാ തങ്കവും കുഞ്ചാക്കോയുടെ സ്ഥിരം ആർട്ടിസ്റ്റായി അവിടെ ഒരുപാട് ചിത്രങ്ങളിൽ അഭിനയിച്ചു.

സിനിമയിൽ അവസരങ്ങൾ ഇല്ലാതെവരുമ്പോൾ നാടകങ്ങളിലും വേഷങ്ങൾ ചെയ്തുതുടങ്ങി. വീണ്ടും കെ പി എ സിയിലെത്തി. അവിടെ അഭിനയം തുടരുന്നതിനിടയിലാണ് *തറവാട്ടമ്മ* എന്ന ചിത്രത്തിൽ അഭിനയിക്കാനായി വിളി കെ പി എ സിയുടെ ഓഫീസിലെത്തിയത്. സത്യന്റെ ശുപാർശയിലായിരുന്നു പി ഭാസ്കരൻ മാഷ്, തങ്കത്തെ വിളിക്കാൻ പറഞ്ഞത്. പക്ഷേ, കെ പി എ സി ടെലിഗ്രാമും, ഫോണും വന്നത് തങ്കത്തെ അറിയിച്ചില്ല. തുടർച്ചയായി നാടക ബുക്കിംഗ് ഉണ്ട്. പ്രധാന നടി വിട്ടുപോയാൽ സമിതിക്കാർ കുഴയും. പെട്ടെന്നൊരു നടിയെ ഒരു വലിയ വേഷത്തിലേക്ക് തയ്യാറാക്കി എടുക്കാൻ ബുദ്ധിമുട്ടായിരിക്കും. ആ കാരണങ്ങൾകൊണ്ടുതന്നെ *തറവാട്ടമ്മ*യിലെ അഭിനയവും മദ്രാസിലേക്കുള്ള പുതിയ വഴിയും അടഞ്ഞു.

ഡബ്ബിംഗിലേക്ക് കൊണ്ടുവരുന്നത് കുഞ്ചാക്കോ ആയിരുന്നു. അവിടത്തെ ചെറിയ വേഷങ്ങൾക്ക് ശബ്ദം നൽകാൻ മുതലാളി പ്രോത്സാഹിപ്പിച്ചു.

“മുതലാളി എന്നെ മൈക്കിനുമുന്നിൽ ഇരുത്തും. ലിപ് മൂവ്മെന്റ് നോക്കി സംഭാഷണം പറഞ്ഞ് പഠിപ്പിച്ചു. അന്ന് ലൂപ് സിസ്റ്റമാണ്. ഒരു സീൻതന്നെ തുടർച്ചയായി വന്നുകൊണ്ടേയിരിക്കും. ആ സമയത്ത് ലിപ് നോക്കി സംഭാഷണം പറയണം. അതൊരു വലിയ പരീക്ഷതന്നെ ആയിരുന്നു”

സീത എന്ന ചിത്രത്തിലെ നായിക കുശലകുമാരിക്കുവേണ്ടിയായിരുന്നു ആദ്യമായി ഡബ്ബ് ചെയ്തത്. അങ്ങനെ ഡബ്ബിംഗ് ആർട്ടിസ്റ്റുകളുടെ നിരയിലേക്കും തങ്കം വളർന്നു. അഭിനയവും ഡബ്ബിംഗും കൂടിയായപ്പോൾ വരുമാനം വന്നുതുടങ്ങി. കഷ്ടതകൾ അകന്ന മട്ടായി. ഇനി ഒരു വിവാഹം ആകാമെന്ന് അമ്മ നിർബന്ധിക്കാൻ തുടങ്ങി. പകുതി സമ്മതം മൂളി നിൽക്കുമ്പോഴാണ് ശ്രീധരൻതമ്പി എന്ന കാമുകൻ തങ്കത്തിന്റെ ജീവിതത്തിലേക്ക് കടന്നുവരുന്നത്. തന്നിലെ കലാകാരിയെ

ഇഷ്ടപ്പെട്ടുവന്ന ഒരാൾ. കാക്കിക്കുള്ളിലെ കലാഹൃദയമുള്ള ശ്രീധരൻ തമ്പി എന്ന പോലീസ് ഇൻസ്പെക്ടർ ഒരു നാടകവേദിയിൽ വച്ച് തന്റെ ഇഷ്ടം പറഞ്ഞു. ഒറ്റനോട്ടത്തിൽ സുമുഖനായ ചെറുപ്പക്കാരൻ, ഗവൺമെന്റ് വരുമാനം, തിരുവനന്തപുരത്ത് വലിയ കുടുംബത്തിൽ ജനിച്ച യുവാവ്. നൂറ് വട്ടം സമ്മതം.

അന്നത്തെ പ്രമുഖ നാടക കലാകാരന്മാരുടെ പിൻതുണയോടെ വിവാഹം കഴിച്ചു. കോട്ടയത്ത് സ്ഥിരതാമസമാക്കി. കലാകാരിയായ ഭാര്യക്ക് അവരുടെ മേഖലയിൽ കൂടുതൽ ശോഭ കിട്ടുന്നതിനുവേണ്ടി ഭർത്താവ് ഒപ്പം നടന്നു. പത്ത് കൊല്ലത്തെ സന്തോഷകരമായ ദാമ്പത്യ ജീവിതം. ഇതിനിടയിൽ മൂന്ന് കുഞ്ഞുങ്ങളുടെ അമ്മയായി. രണ്ടാണും ഒരു പെണ്ണും. സന്തോഷകരമായ ദാമ്പത്യജീവിതത്തിനിടയിലാണ് കരിനിഴൽ പരത്തിക്കൊണ്ട് വിധി ജീവിതം തകർത്തെറിഞ്ഞത്. ഒരു അപകടത്തിൽ ഭർത്താവ് മരിച്ചു. മുപ്പതാം വയസ്സിൽ അകാലത്തിൽ അണിയേണ്ടിവന്ന വിധവാവേഷം. പറക്കമുറ്റാത്ത മൂന്ന് കുഞ്ഞുങ്ങൾ! നാടകവും സിനിമയും ഒന്നും ഇല്ലാതായി. മുന്നിൽ ശൂന്യതമാത്രം. എന്ത് ചെയ്യണം. എങ്ങോട്ട് പോകണം. സഹായിക്കാൻ ആരുടെയടുത്തേക്ക് പോകണം. ആ കാലത്തെക്കുറിച്ച് തങ്കം ഓർമ്മിക്കുന്നുണ്ട്.

“കുഞ്ഞുങ്ങൾക്ക് പാൽപ്പൊടി വാങ്ങാൻപോലും കാശില്ല. നാടകങ്ങളിൽ പുതിയ ആളുകൾ വന്നുകൊണ്ടിരുന്ന കാലം. സിനിമ ആണെങ്കിൽ അന്ന് മദ്രാസിലാണ് അധികവും നടക്കുക. കുഞ്ചാക്കോ മുതലാളിയുടെ ചിത്രവും കുറഞ്ഞു. കുഞ്ഞുങ്ങളുമായി ആറ്റിലോ, കുളത്തിലോ ചാടിയാലോ? ഈ ചിന്ത മനസ്സിൽ ശക്തിയായി വന്നുകൊണ്ടിരുന്നു. അപ്പോഴും മനസ്സിനകത്തിരുന്ന് ആരോ പറയുന്നുണ്ടായിരുന്നു. സമാധാനമായിരിക്കൂ. നല്ല കാലം വരുന്നുണ്ട് എന്നൊക്കെ.”

മൂന്ന് കുഞ്ഞുങ്ങളെയുംകൊണ്ട് മദ്രാസിലേക്ക് ട്രെയിൻ കയറുകയാണ്. മൂത്ത മകന് ആറും, രണ്ടാമത്തെ ആളിന് നാലും, മകൾക്ക് രണ്ടും വയസ്സ്.

മദ്രാസിൽ വന്നാൽ സിനിമയിൽ അവസരം തരാമെന്ന് ഭാസ്കരൻ മാഷ് നേരത്തെ പറഞ്ഞിരുന്നത് മനസ്സിൽ ഓർത്തുകൊണ്ടായിരുന്നു ആ യാത്ര. കോട്ടയത്തെ അയൽക്കാരിൽനിന്നു കിട്ടിയ കുറച്ച് പണം കൈയിലുണ്ട്. മദ്രാസിൽ ഇറങ്ങിയാൽ കുഞ്ഞുങ്ങൾക്ക് ഭക്ഷണം വാങ്ങിക്കൊടുക്കാൻ മാത്രം തികയുന്ന കാശ്. എവിടെനിന്നോ ഒരു ധൈര്യം കിട്ടി. മദ്രാസിലേക്ക് യാത്രതിരിച്ചു.

ഒരു പരിചയക്കാരിയുടെ വീട്ടിൽ ഒരാഴ്ച താമസിച്ചുകൊണ്ട് വീട് അന്വേഷിച്ചു. അയ്യപ്പൻ കോവിൽ തെരുവിൽ ഒരു വീട് തരപ്പെട്ടു, അവിടേക്ക് മാറി. കുഞ്ഞുങ്ങളെ നന്നായി വളർത്തുക. ഇതായിരുന്നു മനസ്സിൽ.

ഭാസ്കരൻ മാഷിനെ പോയി കണ്ടു. അദ്ദേഹം സംവിധാനം ചെയ്യുന്ന *തുറക്കാത്ത വാതിൽ* എന്ന ചിത്രത്തിന്റെ ഷൂട്ടിംഗ് വാഹിനി

സ്റ്റുഡിയോയിൽ നടന്നുകൊണ്ടിരിക്കുകയാണ്. അതിൽ നല്ലൊരു അമ്മവേഷം കിട്ടി. മദ്രാസിൽ നിലയുറപ്പിക്കാൻ ആ ചിത്രം തുണച്ചു.

ചെറിയ ചെറിയ അമ്മവേഷങ്ങളിലൂടെ മദ്രാസിലെ ജീവിതം മുന്നോട്ട് കടന്നുപോയെങ്കിലും അതിലൊരു സംതൃപ്തിയും ലഭിച്ചിരുന്നില്ല. തുച്ഛമായ ശമ്പളത്തിൽ ജീവിതഗതി നേരെയാകില്ലെന്ന് അവർ ഉറപ്പിച്ചു. മറ്റൊരു മേഖലകൂടി കണ്ടെത്തണം.

നാടകവുമായി കഴിയുന്ന കാലത്ത് ശശികുമാർ സംവിധാനം ചെയ്ത ഒരു നാടകത്തിൽ അഭിനയിച്ചിരുന്നു. ആ പരിചയം മുതൽക്കൂട്ടായി അദ്ദേഹത്തിന്റെ *ബോബനും മോളിയും* എന്ന ചിത്രത്തിൽ ഡബ്ബിംഗിനുവേണ്ടി ചെറിയ കുട്ടികളെ തിരയുന്ന സമയം. നേരത്തെ ഉദയാ സ്റ്റുഡിയോയിലെ ഡബ്ബിംഗ് പരിചയം വച്ചുകൊണ്ടുമാത്രം ശശികുമാറിനെ പോയി കണ്ടു. അഭിനയം കൊണ്ട് പിടിച്ചുനിൽക്കാൻ കഴിയില്ല. ഡബ്ബിംഗ് ജോലികളും തന്ന് സഹായിക്കണമെന്ന് പറഞ്ഞു.

ബോബനും മോളിയും ഒരു തുടക്കമായിരുന്നു. മാസ്റ്റർ ശേഖർ അഭിനയിച്ച ബോബനുവേണ്ടി ചെറിയ കുട്ടിയുടെ ശബ്ദത്തിൽ ഡബ്ബ് ചെയ്തു. മുപ്പത് വയസ്സുള്ള സ്ത്രീ പത്തുവയസ്സുള്ള ആൺകുട്ടിയുടെ ശബ്ദത്തിൽ ഡബ്ബ് ചെയ്ത് കയ്യടി വാങ്ങി. ഡബ്ബിംഗ് രംഗത്ത് അതൊരു പുതിയ തുടക്കമായിരുന്നു. ശുദ്ധമലയാളത്തിൽ ഭാവോജ്വലമായി കഥാപാത്രങ്ങൾക്ക് ശബ്ദം നൽകി. അടിസ്ഥാനപരമായി സ്റ്റേജ് ആർട്ടിസ്റ്റ് കൂടി ആയതിനാൽ കഥാപാത്രങ്ങൾക്ക് കൂടുതൽ മികവ് നൽകാൻ അവരുടെ ശബ്ദത്തിനു കഴിഞ്ഞു.

പാലാ തങ്കത്തിന്റെ ജീവിതം മാറുകയാണ്. ഡബ്ബിംഗ് ആർട്ടിസ്റ്റ് എന്ന നിലയിൽ പുതിയ വേഷം നന്നേ ഇണങ്ങി. കൂടുതൽ അവസരങ്ങൾ തേടി എത്തി.

സൂപ്പർ താരങ്ങളായ ശാരദ, സാധന, സീമ, വിജയശ്രീ തുടങ്ങി അന്നത്തെ മറുഭാഷാനടികൾക്കെല്ലാം പാലാ തങ്കത്തിന്റെ ശബ്ദം കഥാപാത്രങ്ങളുടെ പ്രൗഢി വർധിപ്പിച്ചു. അവരൊക്കെ മികച്ച നടികളായതിന്റെ പിന്നിൽ ഈ ശബ്ദവും ഉണ്ടായിരുന്നെങ്കിലും അന്നത്തെ പ്രേക്ഷകർ കരുതിയിരുന്നത് വിജയശ്രീയും സീമയും സ്വന്തം ശബ്ദത്തിൽ സംസാരിച്ചിരുന്നു എന്നായിരുന്നു.

തനിക്ക് ലഭിച്ച കഥാപാത്രങ്ങളുടെ സംഭാഷണങ്ങൾ, അതിന്റെ പൂർണതയിലേക്കും വ്യക്തിത്വത്തിലേക്കും കൊണ്ടെത്തിക്കാൻ പാലാ തങ്കത്തിന്റെ ശബ്ദത്തിന് കഴിഞ്ഞിട്ടുണ്ടെന്ന് ശാരദ പറഞ്ഞിട്ടുണ്ട്. ഡബ്ബിംഗ് ആത്മസമർപ്പണമായിരുന്നു, എങ്ങനെയെങ്കിലും പറഞ്ഞൊപ്പിച്ച് കാശ് വാങ്ങിപോകാൻ ഒരിക്കലും തയ്യാറായില്ല. ഒരു സിനിമയിൽ അഞ്ച് കഥാപാത്രങ്ങൾക്ക് അഞ്ച് വ്യത്യസ്ത ശബ്ദത്തിലൂടെ ഡബ്ബ് ചെയ്ത ചരിത്രവും പാലാ തങ്കത്തിനുണ്ട്. *ലിസ* എന്ന ചിത്രത്തിനുവേണ്ടി (നായിക ഭവാനി) പതിനഞ്ച് ദിവസങ്ങൾ തുടർച്ചയായി ഡബ്ബു ചെയ്തിരുന്നു. വളരെ അധികം ഭാവമാറ്റങ്ങൾ വരുന്ന കഥാപാത്ര

മായിരുന്നു അത്. ഒടുവിൽ തൊണ്ടപൊട്ടി ചോരവന്ന് സ്റ്റുഡിയോയിൽ ബോധരഹിതയായി വീണ അവരെ ആശുപത്രിയിലെത്തിച്ചതും അന്നത്തെ ഡബ്ബിംഗ് ചരിത്രത്തിൽ ആദ്യത്തേതായിരുന്നു. അഭിനയത്തിൽ വിജയിക്കാതെ പോയെങ്കിൽ ഡബ്ബിംഗ് രംഗത്ത് വൻ വിജയമായിരുന്നു. രാവും പകലും സ്റ്റുഡിയോകളിൽ കരഞ്ഞും ചിരിച്ചും ജീവിച്ചു. കുഞ്ഞുങ്ങളെ നല്ല നിലയിലെത്തിക്കാൻവേണ്ടി ആയിരുന്നു ഈ കഷ്ടപ്പാടുകൾ അത്രയും സഹിച്ചത്.

പുതിയതായി ഡബ്ബിംഗ് രംഗത്തേക്ക് കടന്നുവരുന്നവരെ സ്വീകരിക്കാനും തൊഴിൽ പഠിപ്പിക്കാനും അവസരങ്ങൾ ഒരുക്കിക്കൊടുത്തു.

"നിറവയറുമായി ഒരു സ്ത്രീ എന്റെ വീട്ടിൽ കയറി വന്നു. പണ്ട് ചെറിയ വേഷങ്ങൾക്ക് അവർ ശബ്ദം നൽകിയിട്ടുണ്ട്. ഏതെങ്കിലും ചിത്രത്തിൽ ഒരവസരം വാങ്ങി താ ചേച്ചീ എന്ന് പറഞ്ഞുകൊണ്ട് കണ്ണ് നിറയുന്നത് ഞാനിന്നും ഓർക്കുന്നു. ഞാൻ ചെയ്യാനിരുന്ന ഒരു ചിത്രം അവർക്കായി ഒഴിഞ്ഞുകൊടുത്തു. രണ്ട് ദിവസം കുഞ്ഞുങ്ങളോടൊപ്പം കഴിയാമല്ലോ എന്ന് കരുതി കൂടിയായിരുന്നു. പക്ഷേ, മടങ്ങിച്ചെല്ലുമ്പോൾ അവസരം യാചിച്ചുവന്നവൾ എനിക്കെതിരെ പ്രവർത്തിച്ചു. പിന്നെ തുടർച്ചയായ ആ കമ്പനിയുടെ ആളായി ഞാൻ രംഗത്ത് കൊണ്ടുവന്ന പലരും ഒത്തുചേർന്ന് എന്നെ ദ്രോഹിച്ചു. അവസരങ്ങൾ തട്ടിയെടുത്തു. ബുദ്ധിമുട്ടും ദാരിദ്ര്യവും പറഞ്ഞുവന്നവരെ ഏറെ സഹായിച്ചു. അവരെല്ലാം പിന്നീട് കണ്ടാൽ പരിചയംപോലും കാണിച്ചില്ല. സിനിമയിൽ നിന്നും മറിച്ചൊരു സ്വീകരണം പ്രതീക്ഷിക്കണ്ടല്ലോ.!"

മദ്രാസിലെ ആദ്യകാലജീവിതം കടുത്ത ദാരിദ്ര്യത്തിന്റെയും കഷ്ടപ്പാടിന്റേതുമായിരുന്നു. സിനിമ എന്നും പ്രലോഭനങ്ങളുടെ ലോകമാണ്. പലതരം പ്രലോഭനങ്ങൾ. പക്ഷേ, ദാരിദ്ര്യം മാറ്റാൻ ഒരു പ്രലോഭനത്തിനും വഴിപ്പെട്ടില്ല. അഭിനയവും ഡബ്ബിംഗും വിശ്രമമില്ലാതെ ചെയ്തു. എല്ലാം മക്കളുടെ നല്ല ഭാവിക്കു വേണ്ടിയായിരുന്നു. വഴിതിരിച്ചുവിട്ട മക്കളുടെ തണൽ വാർധക്യത്തിൽ ഉണ്ടാകുമെന്ന് ആ അമ്മ കരുതിയിരിക്കണം. പക്ഷേ, ആ കരുതൽ വെറും മിഥ്യയായിരുന്നു.

മകൾ അമ്പിളി അമ്മയെക്കാൾ അറിയപ്പെടുന്ന ഡബ്ബിംഗ് ആർട്ടിസ്റ്റായി. ആറ് വയസ്സുമുതൽ അമ്മയുടെ വിരൽത്തുമ്പിൽ പിടിച്ച് മൈക്കിനുമുന്നിൽ അവളും ഉണ്ടായിരുന്നു. ഡബ്ബിംഗിന്റെ ബാലപാഠങ്ങൾ അമ്മയിൽനിന്നുതന്നെ പഠിച്ചു. അമ്മതന്നെ അവൾക്ക് അവസരങ്ങളും ഒരുക്കിക്കൊടുത്തു. മകൾ വളർന്ന് പേരെടുക്കുന്നതും അമ്മ കണ്ടു. പക്ഷേ, തിരികെ ലഭിച്ചത് മകളിൽനിന്നും വേദനകൾ മാത്രം.

എൺപതുകളോടെ പുതിയ ഡബ്ബിംഗ് ആർട്ടിസ്റ്റുകൾ രംഗപ്രവേശം ചെയ്തു. മകളായ അമ്പിളിയും ഭാഗ്യലക്ഷ്മിയും ശ്രീജയും ഒക്കെ അത്ഭുതപ്പെടുത്തുന്ന പ്രകടനങ്ങളുമായി രംഗത്തേക്ക് വന്നു. ഈ കുത്തൊഴുക്കിൽ തങ്കത്തിനെന്നല്ല പഴയകാല ഡബ്ബിംഗ് ആർട്ടിസ്റ്റുകൾക്കെല്ലാം ഉലച്ചിൽ തട്ടി.

ദീർഘകാലത്തെ മദ്രാസ് ജീവിതത്തിനിടയിൽ പാലാ തങ്കത്തിന്റെ സമ്പാദ്യം തുന്നിക്കെട്ടിയ ഒരു ബാഗിൽ (ആ ബാഗ് വർഷങ്ങൾക്കു ശേഷവും അവർ സൂക്ഷിച്ചിരുന്നു) ഏതാനും പഴയ വസ്ത്രങ്ങൾ മാത്രം. ആരോടും പരാതിയോ, പരിഭവമോ ഇല്ലാതെ മദ്രാസ് നഗരത്തോട് യാത്ര പറയുകയാണ്. വർഷങ്ങളോളം സ്നേഹവും വാത്സല്യവും ദുഃഖവും സന്തോഷവും നൽകിയ മദ്രാസിനോട് വിട പറഞ്ഞു. ഒരു സന്തോഷം മാത്രം അപ്പോഴും അവർ സൂക്ഷിച്ചു. മക്കൾ എല്ലാവരും നല്ല നിലയിലാണ്. അവർ തെരുവിൽ വിശന്ന് അലയുകയില്ല. സ്വന്തമായി വീടും പണവും പ്രശസ്തിയും എല്ലാം അവർക്കുണ്ട്.

ഒടുവിൽ ദേശാടനം അവസാനിപ്പിച്ച് കരുമത്തെ ഹോസ്റ്റലിൽനിന്ന് പുനലൂരിലുള്ള ഗാന്ധിഭവനിലേക്ക് ആരൊക്കെയോ ചേർന്ന് സുരക്ഷിതമായ ഒരിടം കണ്ടെത്തി നൽകി. ഇനി മറ്റൊരു ഇടം തേടി അലയണ്ട. നൂറുകണക്കിന് അന്തേവാസികളുടെ അമ്മയാണ്. എന്തുമാത്രം സ്നേഹം, കരുതൽ... വാത്സല്യം...

ആ മനസ്സിലേറ്റ ഒരുപാട് മുറിവുകൾ ഇപ്പോൾ മാത്രമാണ് ഉണങ്ങിത്തുടങ്ങിയത്. അത്യാവശ്യത്തിന് അമ്മ (താരസംഘടന) നൽകുന്ന ഒരു പെൻഷൻ കയ്യിലുണ്ട്.

ഒൻപതാം വയസ്സിൽ തുടങ്ങിയ കലാജീവിതം ഇരുളിലൂടെയും വെളിച്ചത്തിലൂടെയും നടന്നെത്തിയത് സ്നേഹപ്പൂമരമായ ഗാന്ധിഭവന്റെ തണലിൽ. അവിടെ സന്തോഷത്തിന്റെ ദിനങ്ങൾ ആഘോഷിച്ചുതുടങ്ങുന്നതിനിടയിൽ മരണം അവരെ മറ്റൊരു ലോകത്തിലേക്ക് കൂട്ടിക്കൊണ്ടുപോയി. ഇനി അന്തിമമായ സുഖനിദ്ര. ആരോടും പരിഭവമില്ലാതെ, അലച്ചിലില്ലാതെ സുഖനിദ്ര.

കുശലകുമാരി

ഒരമ്മയുടെ സ്നേഹംപോലെ ഒരു ജീവിതം

കോടമ്പാക്കത്തെ കെട്ടിച്ചമച്ച ബഹളങ്ങളിലോ ആർഭാടങ്ങളിലോ പെടാതെ, തൊട്ട് അയൽവാസികളോടുപോലും താൻ ആരായിരുന്നു എന്നറിയിക്കാതെ ജീവിച്ച ഒരു പഴയകാല നടി ചെന്നൈയിലുണ്ട്. സിനിമയുടെ ഒരു കാലം എഴുതുമ്പോൾ ഇവർ ഇതിന്റെ പ്രതിനിധി ആയ അഭിനേത്രിയാണ്. വർത്തമാന സിനിമയുടെ വർണമേളങ്ങളിൽ ഇടം കണ്ടെത്താനാകാതെപോയ ഇന്നലെയുടെ താരം.

ഒരുപാട് കഥാപാത്രങ്ങൾ വിവിധ ഭാഷാചിത്രങ്ങളിലായി അടയാളപ്പെടുത്താൻ ഇവരുടേതായി നിലനിൽക്കുമ്പോഴും, പുതുകാലത്തിനു മുന്നിൽ ഈ നടിക്ക് സ്വയം പരിചയപ്പെടുത്തേണ്ടിവരുന്നു.

"ഞാൻ നിങ്ങളുടെ കുശലകുമാരി."

അങ്ങനെ പറഞ്ഞാൽ എന്നെ പെട്ടെന്ന് ഓർത്തെന്നുവരില്ല. 'പാട്ട് പാടി ഉറക്കാം ഞാൻ താമരപ്പൂം പൈതലേ, കേട്ട് കേട്ട് നീ ഉറങ്ങെൻ കരളിന്റെ കാതലേ' എന്ന ഗാനം മലയാളികൾ കേൾക്കാത്ത ദിവസമുണ്ടോ. കുഞ്ചാക്കോ മുതലാളി സംവിധാനം ചെയ്ത *സീത* എന്ന ചിത്രത്തിൽ നസീർ സാറിന്റെ നായിക ആയിട്ടാണ് ഞാൻ മലയാള സിനിമ

യിൽ എത്തിയത്. അതിനുമുമ്പ് മെരിലാന്റിന്റെ ഒരു ചിത്രത്തിലും നസീർ സാറിന്റെ നായിക ആയി അഭിനയിച്ചിരുന്നു. തമിഴിൽ കുറെ ചിത്രങ്ങൾ ചെയ്തതിനുശേഷമാണ് മലയാളത്തിൽ വന്നത്. അഞ്ചാം വയസ്സു മുതൽ സിനിമയോട് ഇഷ്ടമായിരുന്നു. കുടുംബത്തിൽ നിരവധി പേർ അഭിനയരംഗത്തും അല്ലാതെയും ഉണ്ടായിരുന്നു. തഞ്ചാവൂരിലാണ് ഞങ്ങളുടെ മൂലകുടുംബം. തൊഴിൽ തേടി മദ്രാസിൽ എത്തിയതാണ്. പക്ഷേ, എങ്ങനെയോ അവരിൽ പലരും സിനിമയിൽ വന്നെത്തി.''

തഞ്ചാവൂർ ദമയന്തി കുശലകുമാരി, തമിഴ്, തെലുങ്ക്, കന്നഡ, മലയാളം ഭാഷകളിൽ ഇരുനൂറ്റി അൻപതിലധികം (കണക്കുകൾ വ്യക്തമല്ല) സിനിമകളിൽ അഭിനയിച്ചു. പ്രശസ്ത അഭിനേത്രി ടി ആർ രാജകുമാരി, ടി ആർ രാമണ്ണ എന്നിവർ അടുത്ത ബന്ധുക്കൾ ആയിരുന്നു. പഠിത്തത്തെക്കാൾ കൂടുതൽ താൽപ്പര്യം നൃത്തത്തിലാണെന്ന് തിരിച്ചറിഞ്ഞ രക്ഷാകർത്താക്കൾ ചെറിയ പ്രായത്തിലേ നൃത്തം പഠിപ്പിച്ചു. ഭരതനാട്യത്തിലായിരുന്നു കൂടുതൽ പ്രാവീണ്യം നേടിയത്. എപ്പോഴും ചിലങ്കകെട്ടി ആടി നടന്ന പെൺകുട്ടിയെ ഒരു നാൾ, ടി ആർ രാജകുമാരി ഷൂട്ടിംഗ് സെറ്റുകളിലേക്ക് കൂട്ടിക്കൊണ്ടുപോയി.

ഒരു കുട്ടിയുടെ കൗതുകത്തിനപ്പുറം സിനിമയുടെ മായികലോകത്തിലേക്ക് താൽപ്പര്യത്തോടെ നോക്കി മനസ്സിലാക്കി. ഇടവേളകളിൽ, ടി ആർ രാജകുമാരിയുടെ മുന്നിൽ ചില ഭാവരസങ്ങൾ അവൾ അഭിനയിച്ചു കാണിക്കാറുണ്ടായിരുന്നു. കുഞ്ഞിന് അഭിനയത്തിൽ താൽപ്പര്യമുണ്ടെന്ന് രാജകുമാരി തിരിച്ചറിഞ്ഞ നിമിഷങ്ങൾ. അഭിനയിച്ചുകൊണ്ടിരുന്ന സിനിമയുടെ സംവിധായകനെ വിളിച്ച് കുട്ടിയായ കുശലകുമാരിയുടെ അഭിനയം കാട്ടിക്കൊടുത്തു. അപ്പോൾ കുഞ്ഞിന് അഞ്ചോ ആറോ വയസ്സ് മാത്രം. ടി ആർ രാജകുമാരിയോടൊപ്പമുള്ള യാത്ര സിനിമയിലേക്കുള്ള താൽപ്പര്യം ഇരട്ടിപ്പിച്ചു. വിദ്യാഭ്യാസം പാതിവഴിയിൽ ഉപേക്ഷിച്ചുകൊണ്ട് നൃത്തത്തിൽ കൂടുതൽ പഠനം ആരംഭിച്ചു. അന്നത്തെ പ്രശസ്തരായ വള്ളൂർ രാമുപിള്ളയുടെ കീഴിൽ നൃത്തത്തിന്റെ വിവിധ വകഭേദങ്ങളിലേക്ക് കുശലകുമാരി ചെന്നെത്തി.

കണ്ണാമ്പയും പി യു ചിന്നപ്പയും മുഖ്യകഥാപാത്രങ്ങളായി അഭിനയിച്ച ചിത്രത്തിൽ അവരുടെ മകളായി അഭിനയിച്ചുകൊണ്ട് അഭിനയജീവിതത്തിന് തുടക്കമിട്ടു. പിന്നീട് എൻ എസ് കൃഷ്ണന്റെ മകളായി അടുത്ത ചിത്രം. ബാലതാരത്തിന്റെ അതിസൂക്ഷ്മമായ അഭിനയപാടവം അന്നത്തെ ചലച്ചിത്രപ്രവർത്തകർ കൈയടിച്ച് സ്വീകരിച്ചു.

"രണ്ട് കാറുകൾ ഞങ്ങളുടെ വീട്ടിൽ രാവിലെ വന്ന് കിടക്കും. ഒന്ന് രാജകുമാരി ആന്റിക്കും മറ്റൊന്ന് എനിക്കും. ഞങ്ങൾ രണ്ടുപേരും രണ്ട് ലൊക്കേഷനുകളിലേക്ക് പോകും. എന്റെ റോൾ ബാലനടിയായിട്ടായിരിക്കും. കുട്ടിക്കാലം മുതൽ ഞാൻ സിനിമാനടി ആയി. ആന്റിക്ക് അവധി കിട്ടുമ്പോൾ കണ്ണുകളുടെ ചലനം, കാലുകളുടെയും കൈകാലുകളു

ടെയും വേഗത, നൃത്തത്തിന്റെ അണിഞ്ഞൊരുങ്ങൽ എന്നിവയെല്ലാം ആന്റി എന്നെ പഠിപ്പിച്ചു. ശരിക്കും അവരാണ് എന്റെ ഗുരുനാഥ."

ശിവാജി ഗണേശന്റെ *പരാശക്തി* തുടങ്ങുന്നതുതന്നെ കുശലകുമാരിയുടെ നൃത്തത്തോടുകൂടിയാണ്. ഏകദേശം ആറ് മിനിട്ട് നീണ്ടുനിൽക്കുന്ന നൃത്തത്തിന് മത്സരസ്വഭാവം ഉണ്ടായിരുന്നു. വേഗതയേറിയ പാട്ടും ശരീരചലനങ്ങളുംകൊണ്ട് പ്രേക്ഷകരെ പിടിച്ചിരുത്തണം. ക്ലാസിക്ക് നൃത്തമായാലും വേഗതയാണ് അന്നത്തെ ട്രന്റ്. കുശലകുമാരിയിലെ നർത്തകി തിളങ്ങിനിന്ന സീനായിരുന്നു അത്. ചിത്രത്തിന്റെ വമ്പിച്ച വിജയം അവരെ ഒരു ലക്കി ആർട്ടിസ്റ്റാക്കി. *പരാശക്തിക്ക്* പിന്നാലെ വന്ന *രക്തക്കണ്ണീർ* മറ്റൊരു ഹിറ്റായിരുന്നു. ഈ രണ്ട് ചിത്രങ്ങളും കഴിഞ്ഞതോടെ കുശലകുമാരി എന്ന അഭിനേത്രി തമിഴ് സിനിമയിലെ തിളങ്ങും താരമായി. അപൂർവമായ കൂട്ടുകെട്ടിൽ പിറന്ന സിനിമയാണ് *കുണ്ടുകിളി* (1954). എം ജി ആറും ശിവാജി ഗണേശനും ഒത്ത് ചേർന്ന ചിത്രം. ശിവാജി ഗണേശന്റെ നായിക ആയി അഭിനയിക്കാനുള്ള ഭാഗ്യം കുശലകുമാരിക്കായിരുന്നു ലഭിച്ചത്. തമിഴിലെ അന്നത്തെ സൂപ്പർ നായികമാരെ പിന്നിലാക്കി ശിവാജി ഗണേശന്റെ നായിക ആകാൻ കിട്ടിയ അവസരം അവരിന്നും അത്യധികം സന്തോഷത്തോടെയാണ് ഓർക്കുന്നത്. *കുണ്ടുകിളിക്ക്* പിന്നാലെ വന്ന *ഔവ്വയാർ, രക്തക്കണ്ണീർ* എന്നിവയിലെ അഭിനയം അവരെ തമിഴിലെ തിരക്കുള്ള നായികയാക്കി. പിന്നെ തമിഴിൽനിന്നും തെലുങ്ക് ചലച്ചിത്രരംഗത്തേക്കുള്ള യാത്രയായിരുന്നു.

അക്കാലത്തെ സിനിമകൾ അധികവും സ്റ്റുഡിയോകളിലെ സെറ്റുകളിൽ വച്ചാണ് ചിത്രീകരിക്കുന്നത്. ഒരു ഫ്ളോറിൽ നിർമ്മിച്ചിരിക്കുന്ന

കുശലകുമാരി

കൊട്ടാരത്തിന്റെ സെറ്റ് പൊളിച്ചാൽ മാത്രമേ മറ്റൊരു വീടിന്റെയോ, നൃത്തമണ്ഡപത്തിന്റെയോ സെറ്റ് ഇടാൻ കഴിയുകയുള്ളൂ. അതിനുള്ള കാലതാമസം വളരെ കൂടുതലാണ്. നടീനടന്മാരിൽനിന്നും മുപ്പതോ മുപ്പത്തിയഞ്ചോ ദിവസത്തെ കാൾ ഷീറ്റായിരിക്കും നിർമ്മാതാക്കൾ വാങ്ങുക. അത്രയുംനാൾ അവരുടെ തൊഴിൽ ആ ചിത്രത്തിൽ മാത്രം ഒതുങ്ങിക്കൂടും. ഇത്രയും ദിവസത്തെ അഭിനയത്തിന് ലഭിക്കുന്ന അതേ തുക തന്നെ ആയിരുന്നു കുശലകുമാരിയുടെ നൃത്തത്തിന് ലഭിച്ചിരുന്നത്. നൃത്തരംഗം ഒന്നോ രണ്ടോ ദിവസംകൊണ്ട് അവസാനിക്കുകയും ചെയ്യും. പിന്നീട് അഭിനയം ഒഴിവാക്കി, നൃത്തത്തിന് പ്രാധാന്യം കൊടുത്തു. അന്നത്തെ താരചിത്രങ്ങളുടെ വിജയ ഫോർമുലകളിൽ ഒന്ന് നൃത്തരംഗങ്ങളാണ്. ഒന്നിലധികം നൃത്തസീനുകൾ ഒരു ചിത്രത്തിലുണ്ടാവും. അതും രണ്ട് നർത്തകിമാരുടെ മത്സരവേദികൂടി ആയിരിക്കും ആ ഡാൻസ് രംഗം. അക്കാലത്തെ സിനിമകളിലെ സ്ഥിരം ഫോർമുല ആയിരുന്നു അത്. തമിഴിലെ വലിയ ഏതെങ്കിലും നടിയായിരിക്കും ചിത്രത്തിലെ നായിക. എങ്കിലും അതേ പദവി തന്നെയാണ് കുശലകുമാരിക്കും അന്ന് കിട്ടിയിരുന്നത്. അതിനൊരു കാരണം ഉണ്ടായിരുന്നു. നൃത്തച്ചുവടുകൾ തീരെ അറിയാത്ത നായികന്മാരും അതിൽ പ്രാവീണ്യം നേടിയ കുശലകുമാരിയും രണ്ട് തട്ടുകളിലായിരുന്നു. കുശലകുമാരിയുടെ നൃത്തച്ചുവടുകൾക്ക് എന്തുകൊണ്ടും കയ്യടികൾ ലഭിച്ചിരുന്നു. പ്രസിദ്ധരായ നിർമ്മാതാക്കളും, സംവിധായകരും കുശലകുമാരിയുടെ ഡേറ്റ് ഉറപ്പിച്ചുകൊണ്ടായിരിക്കും ഷൂട്ടിംഗ് തീയതി നിശ്ചയിച്ചിരുന്നതെന്ന് അന്നത്തെ പ്രസിദ്ധ കോറിയോഗ്രാഫർ സലീം മാസ്റ്റർ ഒരിക്കൽ എന്നോട് പറഞ്ഞിരുന്നത് ഓർമ്മ വരുന്നു.

“കുട്ടിക്കാലത്ത് ടി ആർ രാജകുമാരി ആന്റി ഷൂട്ടിംഗിന് പോകുമ്പോൾ ലെക്കേഷനിൽ എന്നെ കൂടി കൊണ്ടുപോകുമായിരുന്നു. ചെറിയ കുട്ടികൾക്ക് ഉണ്ടാവുന്ന കൗതുകത്തിനപ്പുറമായിരുന്നു അന്നത്തെ എന്റെ മനസ്സ്. ആ കാലം ഇന്നും ഞാൻ ഓർക്കുന്നു. അന്നത്തെ എന്റെ കുട്ടിമനസ്സിൽ തോന്നിയിട്ടുണ്ട്, ആന്റിയെപ്പോലെ ഒരു നടി ആയി ഉയരാൻ കഴിയുമോ എന്ന്. പക്ഷേ, ബാലനടി ആയി തുടക്കം കുറിച്ച നാൾ മുതൽ എന്റെ ഓരോ ദിവസവും വളരെ തിരക്കുള്ളതായിരുന്നു. ശിവാജി ഗണേശന്റെയും ജെമിനി ഗണേശന്റെയും നസീർ സാറിന്റെയും ചിത്രങ്ങളിൽ അഭിനയിച്ചുകഴിഞ്ഞപ്പോൾ ഒരു ദിവസംപോലും വീട്ടിൽ നിൽക്കാൻ കഴിയാത്ത നാളുകളായിരുന്നു. സെറ്റിൽനിന്നും സെറ്റിലേക്ക് തുടർയാത്രകൾ. ഒരു ദിവസം രണ്ടും മൂന്നും നൃത്തരംഗങ്ങൾ ഷൂട്ട് ചെയ്തിരുന്നു. ചിലപ്പോൾ രാത്രി വൈകി മറ്റൊരു സിനിമയുടെ മാറ്റിവച്ച രംഗങ്ങളും എടുത്തിരുന്നു.”

തമിഴിലും തെലുങ്കിലും ഒക്കെയായി നല്ല തിരക്കിൽ നിൽക്കുമ്പോഴാണ് കുഞ്ചാക്കോ *സീത*യിലേക്ക് ക്ഷണിക്കുന്നത്.

‘പാട്ട് പാടി ഉറക്കാം ഞാൻ

കുശലകുമാരി

താമരപ്പൂംപൈതലേ,
കേട്ടു കേട്ട് നീയുറങ്ങെൻ
കരളിന്റെ കാതലേ.'

എന്ന് തുടങ്ങുന്ന ഗാനം ഓർക്കാത്ത മലയാളികൾ ഉണ്ടാവില്ല. ഈ പുതിയ കാലത്തും ആ പാട്ടിന്റെ ജനകീയത വർദ്ധിക്കുന്നു. അഭയദേവിന്റെ സുന്ദരമായ താരാട്ടുപാട്ട് മലയാളം ഉള്ളിടത്തോളം കാലം അനശ്വരമായിത്തന്നെ നിൽക്കും. ഒരുപക്ഷേ ഈ പാട്ടിലൂടെത്തന്നെ മലയാളികൾ ആ അഭിനേത്രിയെ എന്നും ഓർമ്മിക്കുകയും ചെയ്യും.

*മറിയക്കുട്ടി കൊലക്കേസി*ലൂടെയാണ് കുശലകുമാരി ആദ്യമായി മലയാള സിനിമയിൽ എത്തുന്നത്. എങ്കിലും *സീത*യുടെ വിജയമായിരുന്നു കുശലകുമാരി എന്ന നായികയെ ഏറെ ശ്രദ്ധേയമാക്കിയത്. മലയാളത്തിൽ എണ്ണാവുന്ന ചിത്രങ്ങളിലേ അവർ അഭിനയിച്ചിട്ടുള്ളൂ. തമിഴിലെ തിരക്കു കാരണം മലയാളചിത്രങ്ങളിൽ സമയത്തിന് എത്തിച്ചേരാൻ കഴിയാതെ വന്നിട്ടുണ്ടെന്ന് അവർ പറഞ്ഞു.

തെന്നിന്ത്യൻ സിനിമയിലെ ഉജ്ജ്വലനക്ഷത്രങ്ങളായ എം ജി ആർ, എൻ ടി രാമറാവു, ശിവാജി ഗണേശൻ, പ്രേംനസീർ എന്നിവരോടൊപ്പം നായികാപദവിയിലെത്തിനിന്നിട്ടും ദീർഘകാലം സിനിമയുടെ നക്ഷത്രാകാശത്ത് ശോഭിക്കാൻ എന്തുകൊണ്ടോ ഇവർക്ക് കഴിഞ്ഞില്ല.

"കഴിഞ്ഞ പത്ത് വർഷമായി സിനിമകൾ ഒന്നുമില്ലാതെ വീട്ടിൽ ത്തന്നെ ഇരുന്നു. ഇതിനിടയിൽ ഒന്ന് രണ്ട് സീരിയലുകൾ ചെയ്തു. അതും പിന്നീട് നിലച്ചു. പരിചയമുള്ളവരെ വിളിച്ച് ചാൻസ് ചോദിക്കും. തരാമെന്ന് പറയും. ഒന്നും കിട്ടിയില്ല. പിന്നെ ഞാൻ കരുതി എന്തിന് അങ്ങോട്ട് പോയി ചാൻസ് ചോദിക്കണം. എനിക്ക് വരാനുള്ളത് എന്നെ തേടി വരുക തന്നെ ചെയ്യുമെന്ന്."

ഒരഭിനേത്രി എന്ന നിലയിൽ കൈനിറയെ സിനിമകളും മനസ്സ് നിറയെ സന്തോഷവും ലഭിച്ചെങ്കിലും തീരാത്ത വേദനകളുമായിട്ടാണ് ഈ കലാകാരിയുടെ പിന്നീടുള്ള ജീവിതം. സങ്കടങ്ങൾ ചിരിയിലൊതുക്കാനുള്ള താൽപ്പര്യമാണ് അവരിൽ അവശേഷിച്ചത്. വിവാഹം കഴിച്ചോ എന്ന എന്റെ ചോദ്യത്തിന് ദീർഘമായ മൗനമായിരുന്നു മറുപടി. അതിൽ നിന്നും മനസ്സിലാക്കിയത്, തിരക്കിനിടയിൽ വിവാഹം കഴിക്കാൻ മറന്നുപോയി എന്നാണ്. ഒരു സഹോദരന്റെ ഒപ്പമാണ് ശിഷ്ടകാലം ജീവിച്ചത്. ആ സഹോദരന്റെ ഒരു മകളെ ദത്തുപുത്രി ആയി സ്വീകരിച്ചു. അവസാനകാലത്തെ ജീവിതം ദുരന്തപൂർണമായിരുന്നു. രോഗപീഡകളും കടുത്ത സാമ്പത്തികഞെരുക്കവും കൊണ്ട് വല്ലാതെ ബുദ്ധിമുട്ടി. സഹോദരന്റെ ജീവിതമാർഗ്ഗത്തിലും എന്തോ ഇടിവ് പറ്റി. കുശലകുമാരിയുടെ ദാരിദ്ര്യകഥകൾ കേട്ടറിഞ്ഞ അന്നത്തെ തമിഴ്നാട് മുഖ്യമന്ത്രി ജയലളിത മാസം അയ്യായിരം രൂപ ധനസഹായം അനുവദിച്ചിരുന്നു. അതിലായിരുന്നു മരുന്നും ഭക്ഷണവും കണ്ടെത്തിയത്.

ആ വീട്ടിൽ അവരുടേതായ ലോകം ഒരു ഒറ്റമുറിയായിരുന്നു. ചുവരുകളും മേശകളും കട്ടിലും ഒക്കെ അയ്യപ്പവിഗ്രഹങ്ങളും ചിത്രങ്ങളും കൊണ്ട് നിറഞ്ഞിരുന്നു. ഏത് സമയവും അയ്യപ്പകീർത്തനങ്ങളും നാമജപവും അവിടെ മുഴങ്ങിനിന്നു. ഒരു ചാനലിന് വേണ്ടി ഞാൻ അവരുടെ അഭിമുഖം ചിത്രീകരിച്ചുകൊണ്ടിരിക്കുന്നതിനിടയിൽ മുഴങ്ങിക്കേട്ട അയ്യപ്പഗീതങ്ങൾ ഒന്നു നിർത്തിവയ്ക്കണമെന്ന് ആവശ്യപ്പെട്ടപ്പോൾ അവർ അതിനൊരുക്കമല്ലായിരുന്നു. അതെന്റെ ശ്വാസമാണ്, അത് നിലച്ചാൽ ഞാൻ ഇല്ലാതാകും എന്ന് അവർ പറഞ്ഞു.

ഇരുപത്തിയേഴുപ്രാവശ്യം മലചവുട്ടിയ ഗുരുസ്വാമി ആണ് കുശലകുമാരി.

'പാട്ട് പാടി ഉറക്കാം ഞാൻ' എന്ന താരാട്ടുപാട്ട് മലയാളികളുടെ മനസ്സിൽനിന്നും ഒരിക്കലും മാഞ്ഞുപോകാത്ത ഒരമ്മയുടെ സ്നേഹം പോലെയാണ്. ഈ കലാകാരിയും എത്രകാലം കഴിഞ്ഞാലും ഓർമ്മിക്കപ്പെടുകതന്നെ ചെയ്യും. എൺപത്തിമൂന്നാം വയസ്സിൽ ഒരുപാട് ഓർമ്മകൾ ബാക്കി വച്ച് അവർ വിട പറഞ്ഞു.

ഖദീജ
ഉരുകിത്തീരുന്ന മെഴുകുതിരിപോലെ

എപ്പോഴും അടഞ്ഞുകിടക്കുന്ന ഈ വാതിലിനപ്പുറം ഒരമ്മ ജീവിച്ചിരിക്കുന്നു. എല്ലാവരാലും ഉപേക്ഷിക്കപ്പെട്ട ഒരമ്മ. അവരുടെ പേര് ഖദീജ എന്നാണ്. അനുഭവങ്ങളുടെ തീച്ചൂളയിൽ വെന്തുരുകിയ ഒരു സ്ത്രീ. വാതിലിനപ്പുറമുള്ള ഒറ്റമുറിയിൽ ഏകാന്തത്തടവുകാരിയായി കഴിയാൻ തുടങ്ങിയിട്ട് കാലങ്ങൾ കുറെ ആയി. ഒരു കാലത്ത് മലയാള സിനിമയിലെ നക്ഷത്രസാന്നിധ്യമായിരുന്നു അവർ. പക്ഷേ, ഇന്ന് സമ്പാദ്യങ്ങളോ സൗഭാഗ്യങ്ങളോ ഒന്നുമില്ലാതെ ഈ കൊച്ചുമുറിയിൽ പ്രാർഥനകളോടെ കഴിയുകയാണ്. അതും ഒരു ശവപ്പെട്ടിവിൽപ്പനക്കാരന്റെ ഔദാര്യത്തിൽ.

എറണാകുളത്ത് നഗരഹൃദയത്തിനപ്പുറം വടുതലയിൽ, ശവപ്പെട്ടിക്കടയോട് ചേർന്നാണ് ഖദീജ താമസിക്കുന്നത്. ഒന്നിലധികം ശവപ്പെട്ടികൾ, അതിൽ പൂർത്തിയായതും, പണി നടക്കുന്നതുമായ നിരവധി പെട്ടികൾ അടുക്കി വച്ചിട്ടുണ്ട്. അവയ്ക്കിടയിലൂടെ തിരിഞ്ഞുനടന്നാൽ ഖദീജയുടെ ഒറ്റമുറിവീട്ടിലെത്താം. അവിടെ എപ്പോഴും ദൈവസംഗീത

മുണ്ട്. അവർ എപ്പോഴും പ്രാർഥനയിലാണ്. ചിലപ്പോൾ അണപൊട്ടി ഒഴുകുന്ന കണ്ണുനീരിനോടൊപ്പം തേങ്ങലുകളും കേൾക്കാം.

"കർത്താവേ, എന്നെ അങ്ങ് വിളിക്കണേ."

ദീർഘകാലത്തെ മദ്രാസ് ജീവിതം അവസാനിപ്പിച്ച് എറണാകുളത്ത് എത്തിയിട്ട് അധികകാലമായില്ല. സിനിമ, മദ്രാസിൽനിന്നും മലയാളമണ്ണിലെത്തിയ ആദ്യകാലത്തുതന്നെ അവരും മദ്രാസിലെ ജീവിതം മതിയാക്കി ഒരു മടക്കയാത്ര നടത്തിയിരുന്നു. മുപ്പതുവർഷത്തെ ആ നഗരത്തിലെ ജീവിതത്തിനിടയിൽ, ഒരു സൂട്ട്കേയ്സിൽ കൊള്ളാവുന്ന തുണികളും ഏതാനും കുരിശുരൂപങ്ങളുംമാത്രമായിരുന്നു സമ്പാദ്യം. നാട്ടിലെത്തിയിട്ടും തലചായ്ക്കാൻ ഒരിടം തേടി ഒരുപാട് അലഞ്ഞു. ഒരു വരുമാനവും ഇല്ലാത്ത, ബന്ധുക്കളാരുടെയും പിൻതുണയില്ലാത്ത പഴയ കാലനടിക്ക് ഒരു വീട് കൊടുക്കാൻ പലരും മടിച്ചു. ഒടുവിൽ ശവപ്പെട്ടിവിൽപ്പനക്കാരൻ തോമസ്സിന്റെ മുന്നിൽ ഖദീജ നിറകണ്ണുകളോടെ നിന്നു. താനെത്രയോ തവണ സിനിമയിൽ കണ്ടമുഖം. മുന്നിൽ ദയയ്ക്കായി കേണു നിൽക്കുന്നു. തോമസ്സ് ഒട്ടും അമാന്തിച്ചില്ല. ഒരു ചില്ലിക്കാശുപോലും വാടക വാങ്ങാതെ, ജീവിതകാലമത്രയും താമസിക്കാനുള്ള അനുവാദം കൊടുത്തു. സ്വന്തം പെങ്ങളെപോലെ തോമസ്സ് അവരെ പരിഗണിച്ചു.

സിനിമയിൽ ജീവിതം തേടിയെത്തിയ ഒരുപാടുപേർക്ക് അത്താണി ആയിരുന്നു ഖദീജ. നടിയാകാനും നടനാകാനും സംവിധായകനാകാനും മോഹിച്ച് മദ്രാസിലെത്തി സിനിമാവൃത്തങ്ങളിൽ ചുറ്റിക്കറങ്ങിയ എത്രയോ പേർക്ക് ഇവർ അവസരം ഒരുക്കിക്കൊടുത്തു. വിശന്ന വയറുകൾക്ക് അന്നമൊരുക്കിക്കൊടുത്തു. വണ്ടിക്കൂലി കൊടുത്തു. അന്ന് മദ്രാസിൽ ഒരു ചൊല്ലുതന്നെ ഉണ്ടായിരുന്നു, നസീർ സാറിനെയും ഖദീജച്ചേച്ചിയെയും കണ്ടാൽ ആഹാരവും വണ്ടിക്കൂലിയും ഉറപ്പാണെന്ന്. സത്യവുമായിരുന്നു അത്. എത്രയോ പേരെ സുരക്ഷിതമായി നാട്ടിൽ എത്തിച്ചിട്ടുണ്ട്. അവരിൽ പലരും പിന്നീട് നക്ഷത്രശോഭയോടെ സിനിമയിൽ തിളങ്ങിനിന്നിട്ടും ഉണ്ട്. പടവുകൾ കയറിപ്പോയ പലരും ഖദീജയെ തിരിഞ്ഞുനോക്കിയിട്ടില്ല. നന്ദി പ്രകാശിപ്പിക്കാൻ വിമുഖത കാണിച്ചവരിൽ പലരും ഇക്കാലത്തും ഉണ്ട്. അച്ഛന്മാരും, അമ്മമാരും അമ്മൂമ്മമാരുമൊക്കെ. ഇവരൊക്കെ ഇന്ന് തിരക്കുള്ള താരങ്ങളാണ്.

"എന്നെത്തേടി എത്തിയ ആരെയും വിശന്ന വയറോടെ മടക്കി അയച്ചിട്ടില്ല. ഒരു നേരത്തെ ആഹാരമോ, വസ്ത്രമോ കിടക്കാൻ സ്ഥലമോ കൊടുത്ത് സഹായിച്ചിട്ടുണ്ട്. ജഗതി ശ്രീകുമാറും മല്ലികയും ഒരു സന്ധ്യയ്ക്ക് നാട്ടിൽനിന്നും എന്റെയടുത്തേക്കാണ് ആദ്യം എത്തിയത്. ഒരുപാട് കാലം എന്റെ വീട്ടിൽ താമസിക്കുകയും ചെയ്തു. രണ്ടുപേർക്കും സിനിമകളില്ല. ഞാൻ രണ്ടുപേർക്കും വച്ചു വിളമ്പി. ഒടുവിൽ ഒരു വാടകവീട്

തരപ്പെടുത്തി അവരെ ജീവിതത്തിലേക്ക് കൊണ്ടുവന്നു. അങ്ങനെ പലരേയും".

പക്ഷേ, ഒടുവിൽ ഈ വച്ചുവിളമ്പിയ സ്ത്രീയെ കണ്ടഭാവം പോലും കാണിക്കാത്തവർ എത്രയോപേർ! ഖദീജയുടെ കുഞ്ഞിന് സുഖമില്ലാതെ ആശുപത്രിയിൽ അഡ്മിറ്റ് ചെയ്തപ്പോൾ സഹായത്തിനായി പലരെയും വിളിച്ചു. നേരിൽ കണ്ട് സഹായിക്കണമെന്ന് പറഞ്ഞു. എല്ലാവരും കൈമലർത്തി. ബില്ല് അടയ്ക്കാൻ കാശില്ലാതെ കുഞ്ഞിനെ ഡിസ്ചാർജ്ജ് ചെയ്തിട്ടും ആശുപത്രി വിട്ടുപോകാൻ കഴിയാതെ വിഷമിച്ചിരുന്ന കഥയും എനിക്ക് നേരിട്ട് അറിയാം. അന്ന് സഹായിക്കാൻ എത്തിയത് അത്രയൊന്നും മേന്മ അവകാശപ്പെടാനില്ലാത്ത സിനിമാക്കാരും സിനിമയ്ക്കപ്പുറമുള്ളവരുമായിരുന്നു. സ്നേഹത്തിന്റെ ആ മുഖങ്ങൾ മരിക്കുന്നതുവരെയും പ്രകാശഗോപുരങ്ങളായി ഖദീജയുടെ ഓർമ്മയിലുണ്ടായിരുന്നു.

നാടകവേദിയിൽനിന്നാണ് ഖദീജ സിനിമയിലേക്ക് വരുന്നത്. പെരുമ്പാവൂരിലെ ചിറ്റേടത്തുപടിയിൽ മൊയ്തീന്റെയും പാത്തുമ്മയുടെയും ആറ് മക്കളിൽ രണ്ടാമത്തെ ആളാണ് ഖദീജ. പ്രാഥമിക വിദ്യാഭ്യാസം മാത്രമേ ലഭിച്ചിരുന്നുള്ളൂ. ഇതിനിടയിൽ നാടകരംഗത്ത് എത്തി. അവിടെ വച്ചാണ് മാത്യൂ എന്ന യുവാവിനെ പരിചയപ്പെടുന്നതും ജീവിതം ആരംഭിക്കുന്നതും. വെറും ഒൻപത് വർഷത്തെ ദാമ്പത്യജീവിതം മാത്രം. അപ്പോഴേക്കും ആറ് മക്കളുടെ അമ്മ ആയി. വേർപിരിയുമ്പോൾ അഞ്ചു മക്കളുടെ സംരക്ഷണം ഏറ്റെടുത്തുകൊണ്ട് ഖദീജയെ ഉപേക്ഷിച്ച് മാത്യൂ വന്ന വഴിയിലൂടെ തിരിച്ചു നടന്നു. പെരുവഴിയിൽ നിസ്സഹായയായി ആ അമ്മ പകച്ചുനിന്നു. എങ്ങോട്ട് പോകും. ഇനി എന്തു ചെയ്യണം എന്നൊക്കെ ഓർത്ത് നിന്ന ഒരു സന്ധ്യ. അവർ ആ രംഗം ആവർത്തിക്കുമ്പോൾ കണ്ണുകൾ ഈറനണിയും.

"ഞാനൊരു മുസ്ലീം കുടുംബത്തിലാണ് ജനിച്ചത്. മാത്യൂ എന്ന ക്രിസ്ത്യാനിയെ വിവാഹം കഴിക്കണമെങ്കിൽ മതം മാറണമെന്ന് പറഞ്ഞു. സ്നേഹിച്ച പുരുഷന്റെ ഏത് ആഗ്രഹവും സാധിച്ചു കൊടുക്കണമല്ലോ? അങ്ങനെ ഞാൻ ക്രിസ്ത്യാനിയായി. പക്ഷേ, വീട്ടിൽ വാപ്പയും ബന്ധുക്കളും അതിനെതിരായിരുന്നു. എതിർപ്പുകളെ അതിജീവിച്ച് ഞങ്ങൾ ജീവിതം ആരംഭിച്ചു. ഒൻപത് വർഷങ്ങൾക്കുശേഷം മാത്യൂ എന്നെ കൈ ഒഴിഞ്ഞപ്പോൾ നിലയില്ലാത്ത കയത്തിൽപ്പെട്ടതുപോലെ ആയിരുന്നു. ആരും അന്ന് സഹായിക്കാൻ ഉണ്ടായിരുന്നില്ല. കൈക്കുഞ്ഞുമായി കുടുംബത്തിലേക്കുതന്നെ മടങ്ങിപ്പോയി. ഒൻപത് വർഷങ്ങൾക്ക് ശേഷം എന്നെയും കുഞ്ഞിനെയും കാണുമ്പോൾ വാപ്പ എല്ലാം മറന്ന് സ്വീകരിക്കുമെന്ന് കരുതി. പക്ഷേ, വാപ്പ ശരിക്കും മറ്റൊരു മനുഷ്യനാകുകയായിരുന്നു. രണ്ട് നിബന്ധനകൾ മുന്നിൽ വച്ചു. ഒന്നുകിൽ പൊന്നാനിയിൽ പോയി രണ്ടാമതും മുസ്ലീം ആവണം. അല്ലെങ്കിൽ വീട്

വിട്ട് ഇറങ്ങണം. ഇതിൽ ഏത് വേണമെന്ന് നീ തന്നെ തീരുമാനിക്കണം.

എന്നെ സംബന്ധിച്ചിടത്തോളം ആദ്യത്തേത് ഒട്ടും സ്വീകാര്യമല്ലായിരുന്നു. സ്നേഹിച്ച പുരുഷനോടൊപ്പം അയാളുടെ മതത്തിൽ ഒൻപത് കൊല്ലം ജീവിച്ചിട്ട്, അതൊക്കെ ഉപേക്ഷിച്ച് മറ്റൊരു സ്ത്രീയായി ജീവിക്കാൻ ആഗ്രഹമില്ല. തുടർന്ന് ജീവിക്കാൻ വാപ്പയുടെ സപ്പോർട്ട് വേണം. മരിക്കാൻ ആരുടെയും ഔദാര്യം വേണ്ടല്ലോ. കൈക്കുഞ്ഞുമായി ഒരു ഉച്ചനേരത്ത് വീട് വിട്ടിറങ്ങി. പിന്നിൽനിന്നും ആരെങ്കിലും വിളിക്കുമെന്ന് പ്രതീക്ഷിച്ചു. അതുണ്ടായില്ല. കുഞ്ഞ് ചുമലിൽ കിടന്ന് കരയുന്നുണ്ടായിരുന്നു. അപ്പോൾ അതൊന്നും എന്റെ ശ്രദ്ധയിൽ വന്നില്ല. മനസ്സിൽ ഒരു ലക്ഷ്യമുണ്ടായിരുന്നു. അതിലേക്കുള്ള യാത്ര ആയിരുന്നു.

പെരുമ്പാവൂരിൽനിന്നും ആലുവയ്ക്ക് ബസ് ഇറങ്ങി. അടുത്ത ബസ്സിൽ എറണാകുളത്ത് ഇറങ്ങണം. അവിടെനിന്നും വെണ്ടുരുത്തു പാലത്തിലേക്ക്. അവിടെനിന്നും കായലിലേക്ക് ചാടണം. അതായിരുന്നു എന്റെ തീരുമാനം."

ഇവിടം മുതലാണ് ഖദീജയുടെ ജീവിതം വഴിമാറുന്നത്. ആലുവയിൽ ബസ് ഇറങ്ങി അടുത്ത ബസ് മാറി കയറാൻ നിൽക്കുന്നതിനിടയിലാണ് പണ്ടത്തെ ഒരു നാടകസുഹൃത്തിനെ കാണുന്നത്. മരണക്കയത്തിലേക്കുള്ള സഞ്ചാരത്തിനിടയിൽ സുഹൃത്ത് തടഞ്ഞുനിർത്തി ചായ വാങ്ങി കൊടുക്കുന്നു. ജീവിതവിശേഷങ്ങൾ പരസ്പരം പങ്ക് വയ്ക്കുന്നു. അതിനിടയിൽ അന്നത്തെ നടി മീന ആലുവയിൽ ഉണ്ടെന്ന കാര്യം സുഹൃത്ത് പറയുന്നു. ഖദീജയും മീനയും ചേർന്ന് ഒരുപാട് നാടകങ്ങൾ ചെയ്തിട്ടുണ്ട്. മീന വലിയ നടി ആയതിനുശേഷം അവർ തമ്മിൽ കണ്ടിട്ടില്ല. ഒന്ന് കണ്ട് മടങ്ങാം എന്ന് കരുതി ഖദീജ മീനയുടെ വീട് അന്വേഷിച്ചു പോയി.

ഒരുപാട് നാളുകൾക്ക് ശേഷം ഖദീജയെ കണ്ടപ്പോൾ മീനയ്ക്ക് വലിയ സന്തോഷമായി. ജീവിതം അവസാനിപ്പിക്കാനുള്ള യാത്രയാണെന്നും തനിക്കും കുഞ്ഞിനും ഭക്ഷണം തരണമെന്നും ഖദീജ പറയുമ്പോൾ എന്ത് ചെയ്യണമെന്ന് അറിയാതെ മീന തലയ്ക്ക് കൈയും കൊടുത്തിരുന്നു. പിന്നീട് വല്ലാത്തൊരു മൂകതയായിരുന്നു അവർക്കിടയിൽ നിറഞ്ഞുനിന്നത്. ഒരുപാട് സമയത്തിന് ശേഷം മീന ശബ്ദം ഉയർത്തി പറഞ്ഞുവത്രെ.

"നിന്നെ സ്നേഹിക്കാത്ത ഒരാളിനുവേണ്ടി നീ എന്തിന് മരിക്കണം. കുഞ്ഞിനെ വളർത്തി അന്തസ്സായി ജീവിച്ച് കാണിക്ക്." അതായിരിക്കണം ഇനിയുള്ള തന്റെ ജീവിതമെന്നു ഖദീജയ്ക്ക് തോന്നി. അവർ പറയുന്നു. "അന്നു രാത്രി ഞാൻ നന്നായി ഉറങ്ങി. എന്റെ കുഞ്ഞും രാത്രി വിശന്നു കരഞ്ഞില്ല. ഏതോ ഒരു ശക്തി എന്നെ ചുറ്റിവരിയുന്നതുപോലെ."

അടുത്ത പകൽ മീന, ഖദീജയെയും കൊണ്ട് മദ്രാസിലേക്ക് പോയി. നാടകപരിചയമുള്ള ഒരു നടിക്ക് സിനിമയിൽ ചാൻസ് കിട്ടാതിരിക്കില്ല. മീന അന്നത്തെ വലിയ നിർമ്മാണ കമ്പനികളിൽ ഖദീജയെ പരിചയപ്പെടുത്തി. ചാൻസിനുവേണ്ടി സ്റ്റുഡിയോ വരാന്തകളിൽ കാത്തിരിക്കേണ്ടിവന്നില്ല. ചെറുതും വലുതുമായി ഖദീജയെ തേടി നിറയെ ചിത്രങ്ങൾ വന്നുതുടങ്ങി.

"കുഞ്ഞിനെ വളർത്താൻവേണ്ടി മാത്രം സിനിമയിൽ എത്തിയ ആളാണ് ഞാൻ. മീന വഴി വേഷങ്ങൾ കിട്ടിത്തുടങ്ങി. അവർതന്നെ ഒരു വീടും തരപ്പെടുത്തിത്തന്നു. അങ്ങനെ ആത്മഹത്യാമുനമ്പിൽനിന്നും മദ്രാസിലെ സിനിമാലോകത്തേക്ക് എത്തിയവളാണ് ഞാൻ. പക്ഷേ, അവിടെ തോറ്റുപോയില്ല. ആദ്യമൊക്കെ പിടിച്ചുനിൽക്കാൻ ഒരുപാട് കഷ്ടപ്പെട്ടു. കൈക്കുഞ്ഞുമായിട്ടാണ് ലൊക്കേഷനിൽ പോകുന്നത്. കുഞ്ഞിന്റെ കരച്ചിൽ ചില ഡയറക്ടർമാർക്ക് ഇഷ്ടപ്പെടാറില്ല. അടുത്ത പടത്തിന് വിളിക്കുമ്പോൾ അവർ പറയും. കുഞ്ഞിനെ ഒഴിവാക്കി വന്നാൽ വേഷം തരാം. എന്റെ കുഞ്ഞിനെ ആരെ ഏൽപ്പിക്കും. അവനെ ഒഴിവാക്കി എനിക്ക് ഒരു സിനിമയും വേണ്ട. ഈ തീരുമാനത്തിൽ ഉറച്ച് നിന്നപ്പോൾ കുറെ ചിത്രങ്ങൾ നഷ്ടമായി. എങ്കിലും ആരുടെ മുന്നിലും തെണ്ടിയില്ല. കടം വാങ്ങിയില്ല. വിജയിക്കണമെന്ന് അതിയായ ആഗ്രഹമായിരുന്നു. അതിനുവേണ്ടി നന്നായി അദ്ധ്വാനിച്ചു. കഷ്ടപ്പെട്ടു."

ഖദീജയുടെ ശരീരഘടനയ്ക്ക് അനുസരിച്ച് വില്ലത്തിയായും, കലഹിക്കുന്ന അമ്മായി ആയും, ഗുണ്ടാ തലൈവി ആയും വേഷങ്ങൾ തീരുമാനിക്കപ്പെട്ടു. അതിൽ അവർ നന്നായി ശോഭിക്കുകയും ചെയ്തു. നെഗറ്റീവ് റോളുകളിൽ തിളങ്ങിയതുകൊണ്ടായിരിക്കണം അവരെ സിനിമയ്ക്കപ്പുറത്ത് പരുക്കൻ സ്ത്രീയായി പലരും തെറ്റിദ്ധരിച്ചു. അന്നത്തെ വില്ലത്തി വേഷങ്ങൾ ചെയ്തതിനുശേഷം പലർക്കും മിണ്ടാൻപോലും ഭയമായിരുന്നു എന്ന് ഖദീജ പറയാറുണ്ട്. കേരളത്തിൽ ഷൂട്ടിംഗിനുവന്നതിനുശേഷമാണ് ഖദീജ എന്ന സ്നേഹമയിയായ സ്ത്രീയെ പലരും തിരിച്ചറിയുന്നത്.

തുടക്കകാലത്ത് ഒരു സിനിമയിൽ അഭിനയിച്ചാൽ ആകെ കിട്ടുന്ന പ്രതിഫലം ആയിരം രൂപ ആയിരുന്നു. പിന്നീടത് ആയിരത്തിഅഞ്ഞൂറും രണ്ടായിരവും ആയി ഉയർന്നു. വേഷം ഉറപ്പിച്ചുകഴിഞ്ഞാൽ അഞ്ഞൂറ് രൂപ അഡ്വാൻസ് കിട്ടും. അതിലാണ് അടുത്തദിവസത്തെ ജീവിതം ആരംഭിക്കുന്നത്. ചിലപ്പോൾ രണ്ട് കമ്പിനികളിൽനിന്നും രണ്ട് അഡ്വാൻസ് കിട്ടും. അന്ന് വീട്ടിൽ ഓണമായിരിക്കും.

"ഒരു പവൻ സ്വർണ്ണത്തിന് നൂറ് രൂപയേയുള്ളൂ. അഞ്ഞൂറ് രൂപ അധികം കിട്ടിയാൽ രണ്ട് പവൻ സ്വർണ്ണം വാങ്ങി വയ്ക്കും. ബുദ്ധിമുട്ട് വരുമ്പോൾ പണയം വയ്ക്കാമല്ലോ. അങ്ങനെ ഒരു മുൻകരുതൽ ഉണ്ടായിരുന്നതുകൊണ്ട് വിശപ്പ് അറിയാതെ ഞാനും മോനും ജീവിച്ചു. മദ്രാസ്

ഖദീജയുടെ സാന്നിദ്ധ്യമുണ്ടായിരുന്ന ചിത്രം

വിടുമ്പോൾ നാല്പത്തിയഞ്ചുപവൻ സ്വർണ്ണം കയ്യിലുണ്ടായിരുന്നു. നാട്ടിൽ വന്ന് കുറെക്കാലം അത് വിറ്റുകിട്ടിയ കാശ് കൊണ്ടാണ് ഞാൻ ജീവിച്ചത്."

നാനൂറോളം ചിത്രങ്ങളിൽ ഖദീജ അഭിനയിച്ചു. ഇക്കാലമത്രയും വാടകവീടുകൾ പലത് മാറി ജീവിച്ചു. പലർക്കും ഭക്ഷണം വിളമ്പിയും, സാമ്പത്തികസഹായം നൽകിയും കുറെ സമ്പാദ്യം നഷ്ടപ്പെടുത്തി. എന്നിട്ടും ആ മനഃസ്ഥിതി മാറിയില്ല. ഒരിക്കൽ വാഹിനി സ്റ്റുഡിയോയിലെ ഡബ്ബിംഗ് തിയേറ്ററിൽ വല്ലാതെ ക്ഷീണിച്ച മുഖവുമായി ഇരിക്കുന്നത് കണ്ടു. മനസ്സിലെ ദുഃഖം ആ മുഖത്ത് തെളിഞ്ഞുകാണാം. കാര്യം തിരക്കിയപ്പോൾ ഒരു പൊട്ടിക്കരച്ചിലായിരുന്നു. വാടക കൊടുക്കാത്തതിനാൽ വീട് ഒഴിപ്പിച്ചു. അടുത്ത വീട്ടിൽ സാധനങ്ങൾ മാറ്റി വച്ചിരിക്കുകയാണ്. ഏതെങ്കിലും സിനിമയുടെ അഡ്വാൻസ് കിട്ടിയാലേ അടുത്ത വീട് എടുക്കാൻ പറ്റുള്ളൂ.

നീണ്ട കാലത്തെ മദ്രാസ് ജീവിതത്തിനിടയിൽ എപ്പോഴോ ഏക മകനും അസുഖം ബാധിച്ച് നഷ്ടമായി. അവന്റെ മരണത്തോടെ ജീവിതം അവസാനിപ്പിക്കണമെന്ന് തീരുമാനിച്ചതാണ്.

"ഞാനിന്ന് അനാഥയാണ്. പണ്ട് ആത്മഹത്യയ്ക്ക് ശ്രമിക്കാഞ്ഞത് കുഞ്ഞിനെ പട്ടിണിക്കിട്ട് കൊല്ലണ്ടല്ലോ എന്ന് കരുതിയാണ്. ഇനി ആർക്കുവേണ്ടി കാത്തിരിക്കണം."

മലയാള സിനിമ കേരളത്തിലെത്തിയപ്പോൾ ഖദീജയ്ക്ക് ചെന്നൈയിൽ എന്ത് പ്രസക്തി ആണ് ഉള്ളത്. അവരും നാട്ടിലേക്ക് തിരിച്ചു. എറണാകുളം അപ്പോഴേയ്ക്കും തീർത്തും അപരിചിതമായി തീർന്നു. സിനിമ മുഴുവൻ തിരുവനന്തപുരത്തായി. എറണാകുളത്ത് പരിചയമുള്ള മുഖങ്ങൾ വളരെക്കുറച്ച് മാത്രം. പുതിയൊരു ജീവിതം, ആദ്യം മുതൽ ആരംഭിക്കണം. അതിനായി ആദ്യം അന്വേഷിച്ചത് കിടക്കാൻ അടച്ചുറപ്പുള്ള

ഒരു വീടായിരുന്നു. കയ്യിൽ ആകെ ഉള്ളത് നാലുപവന്റെ ഒരു മാലമാത്രം. അതു വിറ്റു കിട്ടുന്ന രൂപ മാത്രമാണ് തുടർന്നുള്ള കൈമുതൽ. ഒരു പരിചയക്കാരൻ വഴിയാണ് അവർ തോമസ്സിന്റെ വീട്ടിലെത്തിയത്. വടുതലയിലെ ശവപ്പെട്ടി വിൽപ്പനക്കാരൻ തോമസ്സ് ദയാലുവാണ്. കാരുണ്യമുള്ളവനാണ്. നല്ല ദൈവവിശ്വാസിയുമാണ്. ഒരു വീട് വേണം. ചെറിയ വാടക തരാം. തോമസ്സിനോട് ഇത്രമാത്രമേ ആവശ്യപ്പെട്ടുള്ളൂ. പക്ഷേ, തോമസ്സ് താമസിക്കുന്ന വീടിനോട് ചേർന്നാണ് ശവപ്പെട്ടിക്കട. അതിന്റെ വിൽപ്പനയും നിർമ്മാണവും ഒക്കെ അവിടെത്തന്നെയാണ്. സ്വന്തം വീട്ടിൽ മറ്റൊരാൾക്ക് അഭയം കൊടുക്കാൻ സ്ഥലമില്ല. ഖദീജയെ നിരാശപ്പെടുത്തി അയയ്ക്കാൻ തോമസ്സിന് മനസ്സ് വന്നില്ല. ഒടുവിൽ ഒരു വഴികണ്ടെത്തി. ശവപ്പെട്ടിക്കടയുടെ ഒരു വശത്ത് ഒറ്റമുറി ഒഴിപ്പിച്ച് മനോഹരമാക്കി. അവിടെ ആദ്യം കുടിയിരുത്തിയത് യേശുവിന്റെ ചിരിക്കുന്ന ഒരു ചിത്രമായിരുന്നു. അതിന്റെ മുന്നിൽ വലിയൊരു മെഴുകുതിരിയും. താക്കോൽ നൽകിക്കൊണ്ട് തോമസ്സ് പറഞ്ഞു.

"ചേച്ചിയുടെ ജീവിതകാലമത്രയും ഇവിടെ താമസിച്ചു കൊള്ളുക. ഒരു രൂപപോലും വാടകയും വേണ്ട."

വീട്ടുസാധനങ്ങൾ ഒന്നുമില്ലാതെ കുറച്ച് തുണികളും, അതിനെക്കാൾ കൂടുതൽ മരുന്നുകളുമായി വീട്ടിലേക്ക് കാലെടുത്ത് വച്ചു. തോമസ്സ് ചുമരിൽ തൂക്കിയ കുരിശുരൂപത്തിൽ നന്നായി പ്രാർഥിച്ചു. മെഴുകുതിരി കത്തിച്ചു. ഒരു രണ്ടാം ജീവിതം സ്വന്തം നാട്ടിൽ ആരംഭിച്ചു.

പ്രശസ്ത നടി ഖദീജയാണ് തങ്ങളുടെ അയൽവാസി എന്നറിഞ്ഞപ്പോൾ നാട്ടുകാർ പലരും അവരെ കാണാനെത്തി. കണ്ടവർ അത്ഭുതം കൊണ്ടു. *തേൻമാവിൻ കൊമ്പത്തി*ലൂടെ പുതിയ തലമുറയ്ക്ക് സുപരിചിതയായ താരം. മാണിക്യന് (മോഹൻലാൽ) ശ്രീഹള്ളിയിലേക്കുള്ള ശരിയായ വഴി പറഞ്ഞുകൊടുത്ത അതേ അമ്മച്ചി. അവരാണ് തങ്ങളുടെ അയൽവാസി എന്നറിഞ്ഞപ്പോൾ അവർ സന്തോഷിച്ചു. ചിലർ ഭക്ഷണവും പഴങ്ങളുമായി കുറെ ദിവസങ്ങൾ ഖദീജയെ കാണാൻ എത്തിയിരുന്നു.

മോഹൻലാലിന്റെ പ്രത്യേക താൽപ്പര്യത്തിൽ താരസംഘടനയിൽ അംഗത്വം കൊടുത്തു. മാസം രണ്ടായിരത്തി അഞ്ഞൂറു രൂപ (പിന്നീട് അത് അയ്യായിരം രൂപ ആയി) പെൻഷനും അനുവദിച്ചു. നാട്ടിൽ എത്തിയശേഷം കടുത്ത സാമ്പത്തികപ്രശ്നങ്ങളുണ്ടായിരുന്നു. കാലുകളുടെ തളർച്ചയും ശ്വാസകോശസംബന്ധമായ മറ്റ് അസുഖങ്ങളുംകൊണ്ട് അവർ നന്നായി വിഷമിച്ചു. മരുന്നിനും സഹായത്തിനും ആരും ഇല്ലാത്ത അവസ്ഥ.

ആറ് മക്കളെ നൊന്ത് പെറ്റ ഒരമ്മയാണ് ഖദീജ. വാർധക്യത്തിൽ മക്കളുടെ തുണയുണ്ടാവുമെന്ന് എല്ലാ അമ്മമാരെയുംപോലെ ഖദീജയും ആഗ്രഹിച്ചിരുന്നു. പക്ഷേ, ഇവിടെ ഈ അമ്മ തനിച്ചാണ്. അനാഥയുമാണ്.

ഖദീജയുടെ ജീവിതം എന്നും വേദനകളുടേതായിരുന്നു. അറിവായകാലം മുതൽ കഷ്ടപ്പാടുകൾ മാത്രം. സ്നേഹിച്ച പുരുഷനോടൊപ്പമുള്ള ജീവിതമെങ്കിലും സന്തോഷകരമാകുമെന്ന് വെറുതെ മോഹിച്ചു. അതും ഉണ്ടായില്ല. പിന്നീട് സിനിമയിലെത്തി. ആദ്യകാലത്ത് കൈനിറയെ ചിത്രങ്ങൾ ഉണ്ടായിരുന്നു. പക്ഷേ, അതൊക്കെ താൽക്കാലികം മാത്രം. കടുത്ത ദാരിദ്ര്യത്തിലും പ്രതിസന്ധികളിലും തളരാതെ ഒരാൺകരുത്തുപോലെ നിന്നു. ഒരു പനി വന്നാൽപ്പോലും മദ്രാസിലെ ജീവിതത്തിനിടയിൽ താങ്ങായി പലരും ഉണ്ടായിരുന്നു. പക്ഷേ, നാട്ടിൽ ആരും ഇല്ലാത്ത അവസ്ഥ. ദൈവം കടുത്ത ശിക്ഷ കൊടുത്തതുപോലെ അവർക്ക് പിന്നീട് ശ്വാസകോശ കാൻസറും പിടിപെട്ടു. ദൈവമേ നീ വിളിക്കുന്നതുവരെ കിടത്തരുതേ എന്നുള്ള പ്രാർഥന, ദൈവം കേട്ടുവോ. അറിയില്ല.

ഉരുകിത്തീരുന്ന മെഴുകുതിരിപോലെയാണ് ഖദീജയുടെ എന്നത്തെയും ജീവിതം. എത്രയെത്ര ജീവിതങ്ങൾക്ക് പ്രകാശം കാട്ടിക്കൊടുത്തതാണ് ഈ അഭിനേത്രി. സ്നേഹിച്ചവരും വിശ്വസിച്ചവരും കൈയൊഴിഞ്ഞപ്പോൾ ദൈവത്തോട് കൂടുതൽ അടുക്കുകയായിരുന്നു. കാൻസർ വീട്ടുപടിക്കൽ വന്നുനിന്നിട്ടും ഒറ്റയ്ക്ക് അതിനോട് പോരാടിനിന്നു. ദൈവം തരുന്നതെന്തും തനിക്ക് കിട്ടുന്ന അനുഗ്രഹങ്ങളാണെന്ന് അവർ സ്വയം കരുതുന്നു. ദൈവമേ ഇനിയും തരുക, അനേകം അനുഗ്രഹങ്ങൾ. മരണം വരെ ഇരുകൈയും നീട്ടി എല്ലാം സ്വീകരിച്ചുകൊള്ളാം.

ശവപ്പെട്ടിക്കടയുടെ ഇടയിലൂടെയുള്ള വഴിയിൽ പാതി ചാരിയ കതകിനപ്പുറം തെളിഞ്ഞ മെഴുകുതിരിനാളത്തിന്റെ ശോഭയിൽ ഖദീജ പ്രാർഥനയിലാണ്. പലരും ഉപേക്ഷിച്ച ഈ ജീവിതത്തെ ഇനിയെങ്കിലും മടക്കി വിളിക്കണേ എന്ന പ്രാർഥനയോടെ തലകുനിച്ച് അവർ ഇരുന്നു.

ഖദീജയുടെ ആ പ്രാർത്ഥന ഒരുനാൾ ദൈവം കേട്ടു. ഒരു രാത്രിയിൽ അവർ ആരെയും അറിയിക്കാതെ മരണത്തോടൊപ്പം നടന്നു മറഞ്ഞു.

കോഴിക്കോട് ശാന്താദേവി

ഒരു അമ്മനക്ഷത്രം

മായാത്ത നൊമ്പരക്കാഴ്ചകൾ ബാക്കി വച്ചാണ് ഈ നക്ഷത്രം നമ്മെ വിട്ടുപിരിഞ്ഞത്. ജീവിതസായാഹ്നത്തിൽ ഒറ്റപ്പെട്ടുപോയ ഈ അമ്മയെ ഒരനാഥാലയത്തിൽ വച്ചാണ് ഞാൻ അവസാനമായി കണ്ടത്. അവിടത്തെ കാഴ്ചകൾ ഹൃദയഭേദകമായിരുന്നു. ഒരുപാട് അനാഥകൾ ചേർന്ന് കുടുംബമായ ഇവിടെ, സനാഥയുടെ സന്തോഷത്തിലാണ് ശാന്തേട്ടത്തി. അവരുടെ കണ്ണുകൾ നിറഞ്ഞിരുന്നില്ല. താൻ എവിടെയാണെന്നുപോലും തിരക്കിയില്ല. വീണിടം വിഷ്ണുലോകം കണക്കെ അവർ അവിടെ മരണത്തെകാത്ത്, അതിലും സന്തോഷം കണ്ടെത്തി കഴിയുകയായിരുന്നു.

ആരോരും ഇല്ലാത്തവരും, തെരുവിൽ ഉപേക്ഷിച്ചുപോയവരുമായ അമ്പതോളം പേരുടെ ഒപ്പം, മലയാളത്തിന്റെ പ്രിയപ്പെട്ട ശാന്തേട്ടത്തി പാട്ടും കളിയുമായി അവിടെ കഴിയുന്ന കാഴ്ച. കോഴിക്കോട്ടുള്ള നല്ലവരായ കുറച്ചുപേർ ചേർന്ന് ശാന്തേട്ടത്തിയെ അവിടെ കൊണ്ടുവരുമ്പോൾ അവശ ആയിരുന്നു. നടക്കാൻ തീരെ കഴിയില്ല. കാഴ്ചയും മങ്ങിത്തുടങ്ങി. വീട്ടിൽ ഒരു ആശ്രയവുമില്ലാതെ അയൽവാസികളുടെ കാരുണ്യത്താൽ

കുറെ നാളുകൾ കഴിച്ചുകൂട്ടി. ഒടുവിൽ അയൽവാസികൾതന്നെ തീരുമാനിച്ചു, ശാന്തേട്ടത്തിയെ നരകിച്ച് ചാകാൻ വിടില്ല. ആശുപത്രിസൗകര്യമുള്ള ഏതെങ്കിലും അനാഥമന്ദിരത്തിലെത്തിക്കാം. അങ്ങനെയാണ് ഈ അനാഥമന്ദിരത്തിലെത്തിയത്. മൂന്ന് നേരം ആഹാരവും ഡോക്ടറുടെ പ്രത്യേക ശ്രദ്ധയും അവിടെ കിട്ടിത്തുടങ്ങി. അന്തേവാസികളിൽ പലർക്കും മലയാളത്തിന്റെ പ്രിയപ്പെട്ട അമ്മനടിയാണെന്നോ, ദേശീയ അവാർഡ് നേടിയ കലാപ്രതിഭയാണെന്നോ അറിയില്ല. ഒരു മനുഷ്യരൂപം പുതിയതായി തങ്ങളോടൊപ്പം ചേർന്നിരിക്കുന്നു. അവർ നന്നായി പാട്ടു പാടുന്നു, കഥപറയുന്നു. ആകെ സന്തോഷവതിയായ ഒരമ്മ.

ഇടുങ്ങിയ തെരുവിലെ ഒറ്റപ്പെട്ട വീട്ടിലാണ് ശാന്താദേവി താമസിക്കുന്നത്. ഒരു പഴകിയ ഓടിട്ട വീട്, ഏതു നിമിഷം വേണമെങ്കിലും നിലം പൊത്താമായിരുന്ന വീട്. കൂടെ ഉണ്ടായിരുന്ന മകൻ തമിഴ്നാട്ടിൽ ജോലിക്കായി പോയപ്പോൾ അവർ തികച്ചും ഒറ്റപ്പെട്ടു. തൂക്കലും വാരലും ഇല്ലാത്ത, ഏകാന്തത ഇരുൾ പടർത്തി വസിക്കുന്ന ഈ വീട്ടിൽ, മുഷിഞ്ഞ പഴംമെത്തയിൽ എല്ലും തോലുമായ ഒരു മനുഷ്യരൂപമായിരുന്നു ശാന്താദേവി. അയൽക്കാർ ഇടയ്ക്കിടെ വന്ന് കഞ്ഞിയോ, ചായയോ കൊണ്ട് കൊടുക്കും. അതും പൂർണ്ണമായും കഴിക്കാറില്ല. കൂടുതൽ അവശയായി തുടങ്ങിയപ്പോൾ നല്ലവരായ അയൽക്കാർ കോഴിക്കോട്ടെ സിനിമാപ്രവർത്തകരെ വിവരം അറിയിച്ചു. അവരിൽ ചിലർ വന്ന് അവരെ അനാഥമന്ദിരത്തിലേക്ക് മാറ്റി. അല്ലെങ്കിൽ ഒരു രാത്രി ഒരിറ്റുവെള്ളം കിട്ടാതെ അവരുടെ ശ്വാസം നിലച്ചുപോയേനെ.

അനാഥമന്ദിരത്തിൽ എത്തിയതിന് ശേഷം അവർ കട്ടിലിൽ ഇരിക്കാൻ തുടങ്ങി. സിനിമാക്കാരും മറ്റും അവരെ കാണാനെത്തി. ആരുടെയും മുഖങ്ങളോ പേരുകളോ തിരിച്ചറിയാൻ കഴിയാത്തവിധം, ഒരു കുഞ്ഞിനെ പോലെ കളിതമാശകൾ പറഞ്ഞ് ഇരിക്കുകയായിരുന്നു. മലയാളത്തിലെ എന്നത്തെയും അതുല്യയായ നടിയുടെ അവസാന നാളുകൾ ഇങ്ങനെ ആയിരുന്നു.

കണ്ണക്കുറുപ്പിന്റെയും, കാർത്ത്യായനി അമ്മയുടെയും പത്ത് മക്കളിൽ ഏഴാമതായി ശാന്താദേവി ജനിച്ചു. പ്രാഥമികവിദ്യാഭ്യാസം മാത്രമേ നേടാനായുള്ളൂ. പ്രതാപമുള്ള കുടുംബം ശേഷിച്ച വസ്തുക്കൾ വിറ്റ് ഓരോ പെൺമക്കളെയും വിവാഹം കഴിപ്പിച്ച് വിട്ടു. ശാന്താദേവിക്കും ഒരു വരൻ എത്തി. കുട്ടിക്കാലം മുതൽ അവരെ ആഗ്രഹിച്ചുനടന്ന മുറച്ചെറുക്കൻ ബാലകൃഷ്ണനൻ തന്നെ അവരെ വിവാഹം കഴിച്ചു. റെയിൽവേയിലെ ഗാർഡായിരുന്നു. സന്തോഷജീവിതം തുടരുന്നതിനിടയിലാണ് ഒരു നാൾ ഭർത്താവ് ജോലി ഉപേക്ഷിച്ച് നാടുവിട്ട് പോകുന്നത്. കാരണങ്ങൾ എന്താണെന്ന് ഇന്നും അറിയില്ല.

“ഉച്ചഭക്ഷണം തയ്യാറാക്കിക്കൊടുത്ത് യാത്രയാക്കിയ ഭർത്താവ് രാത്രിവൈകിയിട്ടും വീട്ടിലെത്തിയില്ല. ചീത്തക്കൂട്ടുകെട്ടുകളിലൊന്നിലും പെടാത്ത ആളായിരുന്നു. ജോലികഴിഞ്ഞിട്ടുണ്ടാവില്ലെന്ന് സമാധാനിച്ചു.

അടുത്ത ദിവസവും അങ്ങേരെ കാണാതായപ്പോൾ ആങ്ങളമാർ അന്വേഷിച്ചിറങ്ങി. പല വഴികളിലായി അന്വേഷണം. ഒടുവിൽ കൂടെ ഉണ്ടായിരുന്ന ഒരാൾ പറഞ്ഞു. അയാൾ ജോലി രാജിവച്ച് എങ്ങോട്ടോ പോയെന്ന്. എനിക്ക് എന്ത് ചെയ്യണമെന്ന് അറിയില്ല. കൈക്കുഞ്ഞുമായി എങ്ങോട്ട് പോകും, എങ്ങനെ കുഞ്ഞിനെ വളർത്തും, സഹോദരങ്ങൾ സമാധാനിപ്പിക്കാൻ ഒപ്പം ഉണ്ടായിരുന്നെങ്കിലും എത്രകാലം. എന്റെ അന്നത്തെ അവസ്ഥ നോക്കിക്കാണുന്ന ഒരാൾ, അടുത്തുതന്നെ ഉണ്ടായിരുന്നു. അയൽവാസിയായ കോഴിക്കോട് അബ്ദുൾ ഖാദർ. അദ്ദേഹം അന്നേ അറിയപ്പെട്ട പാട്ടുകാരനായിരുന്നു. ചെറുതിലെ ഞാനും നന്നായി പാടിയിരുന്നതുകൊണ്ട് ഒരു ഇഷ്ടം എന്നോട് ഉണ്ടായിരുന്നു. എങ്കിലും സാമ്പത്തികസഹായം തന്ന് സഹായിക്കാൻ അദ്ദേഹത്തിനും കഴിയാത്ത സാഹചര്യമായിരുന്നു. എന്റെ വേദനകൾ കേൾക്കാനും, ആശ്വസിപ്പിക്കാനും അദ്ദേഹം ആ കാലത്ത് ഒപ്പമുണ്ടായിരുന്നു."

രാവിലെ ആറ് മണിക്ക് പുറത്തിറങ്ങി പെട്ടിക്കടയിൽ നിന്നൊരു ചായകുടിയുണ്ട് അബ്ദുൾ ഖാദറിന്. ആ സമയം ശാന്താദേവി വരാന്തയിൽ കുഞ്ഞുമായി ഇരിക്കുന്നുണ്ടാവും. അവരെ അഭിവാദ്യം ചെയ്തുകൊണ്ടാണ് ഖാദറിന്റെ ചായകുടി യാത്ര. പുട്ടുംകടലയുമായിട്ടാണ് മടങ്ങിവരവ്. ഒരുപാട് കാലം ഖാദർ വാങ്ങി വരുന്ന പ്രഭാതഭക്ഷണത്തിലാണ് ആ കുഞ്ഞ് വളർന്നതെന്ന് ശാന്തേട്ടത്തി എന്നോട് പറഞ്ഞിട്ടുണ്ട്.

ഇരുവരും കുട്ടിക്കാലം മുതൽ കളിക്കൂട്ടുകാരായിരുന്നു, വലുതായപ്പോഴും ആ സൗഹൃദം മുറിഞ്ഞിരുന്നില്ല. ഒരിക്കൽ ഖാദർ ചോദിച്ചു.

"നീ ഒരു പണിയും ഇല്ലാതെ ഇവിടെ ഇരിക്കുകയല്ലേ. എന്നോടൊപ്പം വരൂ. നാടകത്തിൽ ഒരു വേഷം വാങ്ങിത്തരാം."

അതു കേട്ട് ശാന്താദേവി ചിരിച്ചു. തറവാട്ടിൽ ജനിച്ച ഒരു പെണ്ണും ഒരു ജോലിക്കും പോകില്ല. ആരെങ്കിലും വിളിച്ച് ഒരു ജോലി കൊടുത്താൽ പോലും തറവാട്ടുമഹിമ അതിന് അനുവദിക്കില്ല. പ്രായമാകുമ്പോൾ ആരുടെയെങ്കിലും കൂടെ കെട്ടിച്ചയയ്ക്കും. അതാണ് അന്നത്തെ നാട്ടുരീതി. ശാന്താദേവിക്ക് സഹോദരന്മാരുണ്ടായിരുന്നു. അവരാണ് കുടുംബം പുലർത്തിപ്പോന്നത്. സഹോദരിമാരുടെ മുൻനിര അനുസരിച്ച് യഥാസമയം വിവാഹം ചെയ്ത് അയയ്ക്കുകയും ചെയ്തു. ശാന്താദേവിയുടെ ജീവിതമാണ് വഴിയിൽ ഉലഞ്ഞുപോയത്.

ഉലഞ്ഞുപോയ ജീവിതമാണെങ്കിലും നാടകത്തിൽ അഭിനയിക്കാൻ പോകുക എന്നു പറയുന്നത് കുടുംബത്തിലെ ആർക്കും ചിന്തിക്കാൻ പോലും കഴിയുന്നതല്ല. പെണ്ണുങ്ങൾ നാടകം കളിക്കാൻ ഇറങ്ങിയാൽ ജീവിതം നശിച്ചു പോകും എന്നായിരുന്നു അന്നത്തെ വയ്പ്. 'അഴിഞ്ഞാടുക' എന്നാണ് നാടകത്തിലോ സിനിമയിലോ പോകുന്ന സ്ത്രീകളെ നോക്കി സമൂഹം വിലയിരുത്തിയിരുന്നത്. പക്ഷേ, അബ്ദുൾ ഖാദറിന്റെ ആ ക്ഷണം ശാന്താദേവിയെ ഇരുത്തി ചിന്തിപ്പിച്ചു. കുടുംബമഹിമയാ

ശാന്താദേവി

ണോ, കുഞ്ഞിന്റെ വിശപ്പടക്കലാണോ വലുത്. രണ്ട് ദിവസത്തെ ആലോചനയ്ക്കുശേഷം ഖാദറിനോട് പറഞ്ഞു.

"ഞാൻ വരാം. പക്ഷേ, നല്ല പ്രതിഫലം വാങ്ങിത്തരണം."

ഒട്ടും ആലോചിക്കാതെ ഖാദർ പറഞ്ഞു.

"അതെല്ലാം ശരിയാക്കാം. നീ വന്നോ."

അക്കാലത്ത് നാടകങ്ങളിൽ സ്ത്രീവേഷങ്ങൾ അഭിനയിക്കുന്നത് പുരുഷന്മാരാണ്. നേരത്തേ പറഞ്ഞ കുടുംബമഹിമയിൽ പെട്ട് കഴിവുള്ള സ്ത്രീകൾ ആരും വീട്ടിന് പുറത്തിറങ്ങാനാകാതെ കഴിയുന്ന വേളയിൽ നിലമ്പൂർ ആയിഷയെപോലുള്ള വിരലിലെണ്ണാവുന്ന സ്ത്രീകളേ നാടകത്തിൽ എത്തിയിരുന്നുള്ളൂ. സാമ്പത്തിക ബുദ്ധിമുട്ട് അനുഭവിച്ച് നിൽക്കുന്ന ശാന്താദേവിക്ക് നാടകം ഒരു വെള്ളിവെളിച്ചമായിരുന്നു.

"എങ്കിൽ ഞാൻ വരാം."

പെട്ടെന്ന് അങ്ങനെ പറഞ്ഞെങ്കിലും കൈക്കുഞ്ഞുമായി എങ്ങനെ നാടകം കളിക്കുമെന്നായി. അതൊരു പ്രതിസന്ധിതന്നെ ആയിരുന്നു.

വാസു പ്രദീപിന്റെ *സ്മാരകം* എന്ന നാടകത്തിൽ കൈക്കുഞ്ഞുമായി ശാന്താദേവി എത്തി. സഹനടീനടന്മാരുടെ സ്നേഹപൂർണ്ണമായ പിൻതുണ ഉണ്ടായിരുന്നതുകൊണ്ട് തുടക്കം പിഴച്ചില്ല. ശാന്താദേവി എന്ന സ്ത്രീയുടെ ഉള്ളിൽ അസാധാരണമായ അഭിനയപ്രതിഭ ഒളിഞ്ഞുകിടപ്പുണ്ടായിരുന്നു. സ്മാരകത്തിലെ ആദ്യ രംഗത്തിൽത്തന്നെ അബ്ദുൾ

ഖാദർ അത് തിരിച്ചറിഞ്ഞു. ആദ്യ സ്റ്റേജിൽത്തന്നെ സഹോദരങ്ങൾ പ്രശ്നം ഉണ്ടാക്കിയിരുന്നു. വെറുതെ വീട്ടിൽ ഇരുന്നാൽപ്പോരെ. തറവാടിന് ചേരുന്ന സംഗതിയാണോ നീ ചെയ്യുന്നത് തുടങ്ങി അഭിപ്രായങ്ങൾ അവരിൽനിന്നും ഉണ്ടായപ്പോൾ ആ ഒറ്റ നാടകംകൊണ്ട് കാര്യങ്ങൾ അവസാനിപ്പിക്കാൻ അവർ തീരുമാനിച്ചു. അബ്ദുൾ ഖാദർ അതിനെതിരായിരുന്നു. മികച്ച കലാകാരിയായി വളരാനുള്ള എല്ലാ വളക്കൂറുമുള്ള ഒരു സ്ത്രീയെ മുളയിലേ നുള്ളിക്കളയുകയല്ലേ. ഖാദർ പറഞ്ഞു:

"നിന്നെ ഞാൻ വിവാഹം കഴിക്കാം,
പക്ഷേ, അഭിനയം മതിയാക്കരുത്."

അത്ഭുതത്തോടെയാണ് ആ വാക്കുകൾ കേട്ടത്. ഒരു കുഞ്ഞിന്റെ അമ്മയായ തനിക്ക് പ്രസിദ്ധനായ ഒരാൾ ജീവിതം തരാമെന്ന് പറയുന്നു. വിശ്വസിക്കാൻ കഴിഞ്ഞില്ല.

"തമാശ പറയുന്നതാണെന്നേ ഞാൻ കരുതിയുള്ളൂ. റിഹേഴ്സൽ ക്യാമ്പിൽ വച്ച് ഇത്തരം വാഗ്ദാനങ്ങൾ പലതും കേൾക്കാറുണ്ട്. അതിലൊന്നും യാഥാർത്ഥ്യമാകാറില്ല. രണ്ടാം ദിവസവും മറുപടി പറയാതെ ഒഴിഞ്ഞുമാറിയപ്പോൾ അദ്ദേഹം വീണ്ടും അത് ആവർത്തിച്ചു.

"ഇന്നുതന്നെ രജിസ്റ്റർ വിവാഹം നടത്താം. പിന്നെ എനിക്ക് പിടിച്ചുനിൽക്കാൻ കഴിഞ്ഞില്ല. അബ്ദുൾ ഖാദറിന്റെ ജീവിതത്തിലേക്ക് പ്രവേശിക്കാൻ ഉറച്ച തീരുമാനം എടുത്തു. അങ്ങനെ അദ്ദേഹം എന്റെ ഭർത്താവായി".

അബ്ദുൾ ഖാദർ, ശാന്താദേവിയുടെ ജീവിതത്തിൽ എത്തിയതോടെ സന്തോഷകരമായ ഒരു പുതുജീവിതം രണ്ടാളും ചേർന്ന് കെട്ടിപ്പടുത്തു. ഖാദറിന്റെ പിൻതുണയിൽ നിരവധി നാടകങ്ങളിൽ നായിക ആയി. അന്ന് ശാന്താദേവി കോഴിക്കോട് നാടകവേദിയിലെ തിളങ്ങും താരമായിരുന്നു.

ഖാദർ-ശാന്താദേവി ദാമ്പത്യജീവിതത്തിൽ ഒരു മകൻ; സത്യജിത്ത്. മകനും അച്ഛന്റെ പാട്ടുവഴിയിലൂടെ നടന്നു. ഗാനമേളകളിലും, നാടക-സിനിമകളിലും അവൻ തിളങ്ങിക്കൊണ്ടിരുന്നു.

ശാന്താദേവി പിന്നീട് സിനിമകളിൽ എത്തുന്നതിനും കാരണക്കാരൻ അബ്ദുൾ ഖാദർ തന്നെയായിരുന്നു. *ഇരുട്ടിന്റെ ആത്മാവിൽ* നസീറിന്റെ അമ്മ ആയിട്ടായിരുന്നു തുടക്കം. തുടർന്ന് നിരവധി ചിത്രങ്ങൾ അവരെ തേടി എത്തി. അന്ന് മദ്രാസിലാണ് ഷൂട്ടിംഗ് പൂർണ്ണമായും നടക്കുന്നത്. അഭിനയിക്കാനായി മദ്രാസിൽ ഒരു വീട് എടുത്ത് സ്ഥിരതാമസമാക്കി. ശാന്താദേവി എന്ന സിനിമാനടി അവിടം മുതൽ പിറവി കൊള്ളുകയായിരുന്നു.

ആദ്യഭർത്താവ് വർഷങ്ങൾക്കുശേഷം മടങ്ങി വന്നു. മറ്റൊരു വിവാഹം കഴിച്ച് ഒരു മകളുമായിട്ട്, പാലക്കാട്ട് താമസിക്കുകയായിരുന്നു. ഒരു ദിവസം സ്വന്തം മകനെ കാണണമെന്ന് തോന്നി. അങ്ങനെ കുടുംബമായി അവർ വന്നെത്തുകയായിരുന്നു. അക്കഥ ശാന്തേട്ടത്തി ഒരൽപ്പം നർമ്മത്തിൽ പറയുമായിരുന്നു.

ശാന്താദേവിയുടെ അവസാന ചിത്രം

“വർഷങ്ങൾ കഴിഞ്ഞപ്പോൾ അങ്ങേർക്ക് എന്നെ കാണണമെന്ന് ഒരു മോഹം. അത് മകന്റെ ചുമലിൽ ചാരി ഇങ്ങ് വന്നു. രണ്ട് മൂന്ന് ദിവസം എന്നോടൊപ്പം അവർ താമസിച്ചു. അച്ഛനും മകനും ഒരുമിച്ച് ജീവിക്കുന്ന ആ ദിവസങ്ങൾ ഞാൻ കൺകുളിർക്കെ കണ്ടു. ജീവിതത്തിൽ കിട്ടിയ മറ്റൊരു സന്തോഷമായിരുന്നു അത്. ആ ദിവസങ്ങളിലെ അച്ഛന്റെയും മകന്റെയും സന്തോഷം നിറഞ്ഞ മുഖങ്ങൾ ഇന്നും ഓർക്കുന്നു.”

സിനിമയിൽ നല്ല തിരക്കായിത്തുടങ്ങിയപ്പോൾ നാടകം പൂർണ്ണമായും ഒഴിവാക്കി. മദ്രാസിൽ താമസിച്ചുകൊണ്ട് കേരളത്തിൽ അരങ്ങേറുന്ന നാടകങ്ങളിൽ അഭിനയിക്കാനുള്ള സമയക്കുറവായിരുന്നു നാടകം ഒഴിവാക്കാൻ കാരണം. അക്കാലത്തെ ഏറ്റവും തിരക്കുള്ള അമ്മനടി ആയിരുന്നു ശാന്താദേവി. പ്രശസ്തരായ ഒരുപാട് സംവിധായകരുടെ ചിത്രങ്ങളിൽ മികച്ച അവസരങ്ങൾ കിട്ടി. സാമ്പത്തികമായും ഏറെ മെച്ചപ്പെട്ടു. കോഴിക്കോട് ടൗണിൽത്തന്നെ ചെറിയൊരു വീടും സ്ഥലവും അഭിനയസമ്പത്തുകൊണ്ട് നേടിയെടുത്തു. പിന്നീട് മലയാള സിനിമ കേരളത്തിലെത്തിയപ്പോൾ കുഞ്ഞുങ്ങളോടൊപ്പം (രണ്ട് ആൺമക്കൾ: സുരേഷ് ബാബുവും, സത്യജിത്തും) കോഴിക്കോട്ട് സ്ഥിരതാമസമാക്കി.

അബ്ദുൾ ഖാദറിന്റെ മരണശേഷം സത്യജിത്ത് അച്ഛന്റെ പാതയിലേക്ക് ഗായകനായി തിരിച്ചെത്തി. കുറെ നല്ല നാടകങ്ങളിലും സിനിമകളിലും പാടാൻ കഴിഞ്ഞു. അങ്ങനെ ശ്രദ്ധേയനായി നിൽക്കുമ്പോഴാണ് ഇറാക്കിൽ ഉയർന്ന ശമ്പളം കിട്ടുന്ന ഒരു ജോലി അയാൾക്ക് കിട്ടിയത്. ഇതിനിടയിൽ പെരുമ്പാവൂരിൽനിന്നും ഒരു പെൺകുട്ടിയെ പ്രണയിച്ച് വിവാഹവും കഴിച്ചു. രണ്ട് കുഞ്ഞുങ്ങളുമായി കഴിയുന്നതിനിടയിലാണ് വിധി മറ്റൊരു ആഘാതം ശാന്താദേവിക്കു നൽകിയത്. സത്യജിത്ത് ഒരു ദിവസം ആത്മഹത്യ ചെയ്തു. അതിന്റെ കാരണം എന്താണെന്ന് ഇന്നും ആർക്കും അറിയില്ല.

“അന്ന് ഞാൻ മദ്രാസ് സെൻട്രൽ സ്റ്റേഷനിൽ കോഴിക്കോട്ടേക്കുള്ള ട്രെയിൻ കാത്ത് നിൽക്കുകയായിരുന്നു. ഒപ്പം ഉണ്ടായിരുന്ന സുരേഷ്

ബാബു ആണ് അത് ചൂണ്ടിക്കാണിച്ചത്. അമ്മേ അങ്ങോട്ടു നോക്കൂ. സ്റ്റേഷനിലെ വലിയ ടി വിയിൽ ഒരു വാർത്ത കാണിക്കുന്നു. പ്രശസ്ത സിനിമാനടി ശാന്താദേവിയുടെ മകൻ സത്യജിത്ത് ആത്മഹത്യ ചെയ്തു. അത്രമാത്രമേ ഞാൻ വായിച്ചുള്ളൂ. പ്ലാറ്റ്ഫോമിൽ ബോധം കെട്ട് വീണു. ആളുകൾ ഓടിക്കൂടി. എന്നെ സമാധാനിപ്പിക്കാൻ ശ്രമിക്കുന്നുണ്ട്. മകന്റെ മരണദുഃഖം, ആർക്കെങ്കിലും മാറ്റിയെടുക്കാൻ കഴിയുമോ? ഇന്നും എനിക്ക് അറിയില്ല അവൻ എന്തിന് അങ്ങനെ ചെയ്തു എന്ന്. പിന്നീട് അവന്റെ ഭാര്യയും കാൻസർ വന്നു മരിച്ചു. സങ്കടങ്ങൾ തന്നോ, ഇനിയു മിനിയും തന്നോ പക്ഷേ, അതൊക്കെ വയ്ക്കാൻ മനസ്സിൽ സ്ഥലമില്ല."

മൂത്തമകൻ സുരേഷ് ബാബു, തമിഴ്നാട്ടിലാണ് തൊഴിലെടുക്കുന്നത്. കുടുംബവും കുഞ്ഞുങ്ങളുമായി അവിടെ ജോലിയിൽ കഴിയുകയാണ്. അമ്മയെ കാണണമെന്ന് തോന്നുമ്പോൾ അയാൾ നാട്ടിൽ എത്തും. ഒരാഴ്ച കഴിഞ്ഞ് മടങ്ങും. ആ നാളുകളിലാണ് ആ അമ്മ ഏറെ സന്തോഷിക്കുന്നത്.

അമ്പത്തിയെട്ട് കൊല്ലത്തെ ചലച്ചിത്ര നാടകജീവിതം. എത്രയെത്ര അനശ്വരങ്ങളായ കഥാപാത്രങ്ങൾക്ക് ജീവൻ നൽകി. ഭരത് ഗോപി സംവിധാനം ചെയ്ത *യമനം* എന്ന ചിത്രത്തിലെ അഭിനയത്തിന് മികച്ച സഹനടിക്കുള്ള ദേശീയ പുരസ്കാരം നേടി. പിന്നെയുമുണ്ട് അംഗീകാരങ്ങൾ. മികച്ച നാടകനടിയായും, ടെലിവിഷൻ താരമായും ഒക്കെ അംഗീകരിക്കപ്പെട്ടു. ഒരു ഇടവേളയ്ക്ക് ശേഷം രഞ്ജിത്ത് സംവിധാനം ചെയ്ത *കേരള കഫേ* ആയിരുന്നു അവസാന ചിത്രം. കുഞ്ഞിനെ വളർത്താൻ വേണ്ടി നാടകത്തിലും പിന്നീട് സിനിമയിലും എത്തി. അഞ്ഞൂറിലധികം (കണക്ക് വ്യക്തമല്ല) സിനിമകളിൽ മികച്ച ഭാവാഭിനയം കാഴ്ച വച്ചു. എത്രയോ അംഗീകാരങ്ങൾ, അഭിനന്ദനങ്ങൾ. ജീവിതകാലത്തെ സമ്പാദ്യങ്ങളാണ് അതൊക്കെ.

അനാഥമന്ദിരത്തിൽനിന്നും ആശുപത്രിവരാന്തയിലേക്ക് എത്തിയ മരണം, മെല്ലെ അവരെ കൂട്ടിക്കൊണ്ടുപോകുമ്പോൾ വയസ്സ് എൺപത് കഴിഞ്ഞിട്ടുണ്ടാവും. കാഴ്ചയും ഓർമ്മശക്തിയും മാഞ്ഞുതുടങ്ങിയ കാലത്തും സിനിമാജീവിതം അവർ മറന്നില്ല. അൻപത് വർഷങ്ങൾക്ക് മുൻപ് വരെയുള്ള ഓരോ കാര്യങ്ങളും ഒരു ചലച്ചിത്രത്തിലെന്നപോലെ അവരുടെ ഓർമ്മയിൽ തെളിഞ്ഞു വരും. സത്യത്തിൽ ആ ഓർമ്മകളല്ലേ ശാന്താദേവിയെ എൺപതിനടുത്തേക്ക് കൈപിടിച്ച് കൊണ്ടുവന്നത്.

ഇനി ഇല്ല ശാന്തേടത്തി. മലയാള സിനിമയിലെ അമ്മനക്ഷത്രം യാത്രയായി. നാടകങ്ങളിലൂടെയും, സിനിമകളിലൂടെയും പതിപ്പിച്ചു വച്ച കഥാപാത്രങ്ങൾ അനശ്വരങ്ങളായി ഇവിടെ ഉണ്ടാവും. അവശതയിൽ കഴിഞ്ഞ നാൾ മുതൽ നാട്ടുകാരും ഏതാനും ബന്ധുക്കളും അവരെ ശ്രദ്ധിച്ചുകൊണ്ടേയിരുന്നു. ഒരു വിളിപ്പാട് അകലെ അവർ ശാന്തേട്ടത്തിയുടെ ഏത് ആഗ്രഹവും സാധിച്ചുകൊടുക്കാൻ സദാ കാത്തുനിന്നിരുന്നു.

●

ശാന്താദേവിയുടെ അവസാന ചിത്രം

"വർഷങ്ങൾ കഴിഞ്ഞപ്പോൾ അങ്ങേർക്ക് എന്നെ കാണണമെന്ന് ഒരു മോഹം. അത് മകന്റെ ചുമലിൽ ചാരി ഇങ്ങ് വന്നു. രണ്ട് മൂന്ന് ദിവസം എന്നോടൊപ്പം അവർ താമസിച്ചു. അച്ഛനും മകനും ഒരുമിച്ച് ജീവിക്കുന്ന ആ ദിവസങ്ങൾ ഞാൻ കൺകുളിർക്കെ കണ്ടു. ജീവിതത്തിൽ കിട്ടിയ മറ്റൊരു സന്തോഷമായിരുന്നു അത്. ആ ദിവസങ്ങളിലെ അച്ഛന്റെയും മകന്റെയും സന്തോഷം നിറഞ്ഞ മുഖങ്ങൾ ഇന്നും ഓർക്കുന്നു."

സിനിമയിൽ നല്ല തിരക്കായിത്തുടങ്ങിയപ്പോൾ നാടകം പൂർണ്ണമായും ഒഴിവാക്കി. മദ്രാസിൽ താമസിച്ചുകൊണ്ട് കേരളത്തിൽ അരങ്ങേറുന്ന നാടകങ്ങളിൽ അഭിനയിക്കാനുള്ള സമയക്കുറവായിരുന്നു നാടകം ഒഴിവാക്കാൻ കാരണം. അക്കാലത്തെ ഏറ്റവും തിരക്കുള്ള അമ്മനടി ആയിരുന്നു ശാന്താദേവി. പ്രശസ്തരായ ഒരുപാട് സംവിധായകരുടെ ചിത്രങ്ങളിൽ മികച്ച അവസരങ്ങൾ കിട്ടി. സാമ്പത്തികമായും ഏറെ മെച്ചപ്പെട്ടു. കോഴിക്കോട് ടൗണിൽത്തന്നെ ചെറിയൊരു വീടും സ്ഥലവും അഭിനയസമ്പത്തുകൊണ്ട് നേടിയെടുത്തു. പിന്നീട് മലയാള സിനിമ കേരളത്തിലെത്തിയപ്പോൾ കുഞ്ഞുങ്ങളോടൊപ്പം (രണ്ട് ആൺമക്കൾ: സുരേഷ് ബാബുവും, സത്യജിത്തും) കോഴിക്കോട്ട് സ്ഥിരതാമസമാക്കി.

അബ്ദുൾ ഖാദറിന്റെ മരണശേഷം സത്യജിത്ത് അച്ഛന്റെ പാതയിലേക്ക് ഗായകനായി തിരിച്ചെത്തി. കുറെ നല്ല നാടകങ്ങളിലും സിനിമകളിലും പാടാൻ കഴിഞ്ഞു. അങ്ങനെ ശ്രദ്ധേയനായി നിൽക്കുമ്പോഴാണ് ഇറാക്കിൽ ഉയർന്ന ശമ്പളം കിട്ടുന്ന ഒരു ജോലി അയാൾക്ക് കിട്ടിയത്. ഇതിനിടയിൽ പെരുമ്പാവൂരിൽനിന്നും ഒരു പെൺകുട്ടിയെ പ്രണയിച്ച് വിവാഹവും കഴിച്ചു. രണ്ട് കുഞ്ഞുങ്ങളുമായി കഴിയുന്നതിനിടയിലാണ് വിധി മറ്റൊരു ആഘാതം ശാന്താദേവിക്കു നൽകിയത്. സത്യജിത്ത് ഒരു ദിവസം ആത്മഹത്യ ചെയ്തു. അതിന്റെ കാരണം എന്താണെന്ന് ഇന്നും ആർക്കും അറിയില്ല.

"അന്ന് ഞാൻ മദ്രാസ് സെൻട്രൽ സ്റ്റേഷനിൽ കോഴിക്കോട്ടേക്കുള്ള ട്രെയിൻ കാത്ത് നിൽക്കുകയായിരുന്നു. ഒപ്പം ഉണ്ടായിരുന്ന സുരേഷ്

ബാബു ആണ് അത് ചൂണ്ടിക്കാണിച്ചത്. അമ്മേ അങ്ങോട്ടു നോക്കൂ. സ്റ്റേഷനിലെ വലിയ ടി വിയിൽ ഒരു വാർത്ത കാണിക്കുന്നു. പ്രശസ്ത സിനിമാനടി ശാന്താദേവിയുടെ മകൻ സത്യജിത്ത് ആത്മഹത്യ ചെയ്തു. അത്രമാത്രമേ ഞാൻ വായിച്ചുള്ളൂ. പ്ലാറ്റ്ഫോമിൽ ബോധം കെട്ട് വീണു. ആളുകൾ ഓടിക്കൂടി. എന്നെ സമാധാനിപ്പിക്കാൻ ശ്രമിക്കുന്നുണ്ട്. മകന്റെ മരണദുഃഖം, ആർക്കെങ്കിലും മാറ്റിയെടുക്കാൻ കഴിയുമോ? ഇന്നും എനിക്ക് അറിയില്ല അവൻ എന്തിന് അങ്ങനെ ചെയ്തു എന്ന്. പിന്നീട് അവന്റെ ഭാര്യയും കാൻസർ വന്നു മരിച്ചു. സങ്കടങ്ങൾ തന്നോ, ഇനിയു മിനിയും തന്നോ പക്ഷേ, അതൊക്കെ വയ്ക്കാൻ മനസ്സിൽ സ്ഥലമില്ല."

മൂത്തമകൻ സുരേഷ് ബാബു, തമിഴ്നാട്ടിലാണ് തൊഴിലെടുക്കുന്നത്. കുടുംബവും കുഞ്ഞുങ്ങളുമായി അവിടെ ജോലിയിൽ കഴിയുകയാണ്. അമ്മയെ കാണണമെന്ന് തോന്നുമ്പോൾ അയാൾ നാട്ടിൽ എത്തും. ഒരാഴ്ച കഴിഞ്ഞ് മടങ്ങും. ആ നാളുകളിലാണ് ആ അമ്മ ഏറെ സന്തോഷിക്കുന്നത്.

അമ്പത്തിയെട്ട് കൊല്ലത്തെ ചലച്ചിത്ര നാടകജീവിതം. എത്രയെത്ര അനശ്വരങ്ങളായ കഥാപാത്രങ്ങൾക്ക് ജീവൻ നൽകി. ഭരത് ഗോപി സംവിധാനം ചെയ്ത *യമനം* എന്ന ചിത്രത്തിലെ അഭിനയത്തിന് മികച്ച സഹനടിക്കുള്ള ദേശീയ പുരസ്കാരം നേടി. പിന്നെയുമുണ്ട് അംഗീകാരങ്ങൾ. മികച്ച നാടകനടിയായും, ടെലിവിഷൻ താരമായും ഒക്കെ അംഗീകരിക്കപ്പെട്ടു. ഒരു ഇടവേളയ്ക്ക് ശേഷം രഞ്ജിത്ത് സംവിധാനം ചെയ്ത *കേരള കഫേ* ആയിരുന്നു അവസാന ചിത്രം. കുഞ്ഞിനെ വളർത്താൻ വേണ്ടി നാടകത്തിലും പിന്നീട് സിനിമയിലും എത്തി. അഞ്ഞൂറിലധികം (കണക്ക് വ്യക്തമല്ല) സിനിമകളിൽ മികച്ച ഭാവാഭിനയം കാഴ്ച വച്ചു. എത്രയോ അംഗീകാരങ്ങൾ, അഭിനന്ദനങ്ങൾ. ജീവിതകാലത്തെ സമ്പാദ്യങ്ങളാണ് അതൊക്കെ.

അനാഥമന്ദിരത്തിൽനിന്നും ആശുപത്രിവരാന്തയിലേക്ക് എത്തിയ മരണം, മെല്ലെ അവരെ കൂട്ടിക്കൊണ്ടുപോകുമ്പോൾ വയസ്സ് എൺപത് കഴിഞ്ഞിട്ടുണ്ടാവും. കാഴ്ചയും ഓർമ്മശക്തിയും മാഞ്ഞുതുടങ്ങിയ കാലത്തും സിനിമാജീവിതം അവർ മറന്നില്ല. അൻപത് വർഷങ്ങൾക്ക് മുൻപ് വരെയുള്ള ഓരോ കാര്യങ്ങളും ഒരു ചലച്ചിത്രത്തിലെന്നപോലെ അവരുടെ ഓർമ്മയിൽ തെളിഞ്ഞു വരും. സത്യത്തിൽ ആ ഓർമ്മകളല്ലേ ശാന്താദേവിയെ എൺപതിനടുത്തേക്ക് കൈപിടിച്ച് കൊണ്ടുവന്നത്.

ഇനി ഇല്ല ശാന്തേടത്തി. മലയാള സിനിമയിലെ അമ്മനക്ഷത്രം യാത്രയായി. നാടകങ്ങളിലൂടെയും, സിനിമകളിലൂടെയും പതിപ്പിച്ചു വച്ച കഥാപാത്രങ്ങൾ അനശ്വരങ്ങളായി ഇവിടെ ഉണ്ടാവും. അവശതയിൽ കഴിഞ്ഞ നാൾ മുതൽ നാട്ടുകാരും ഏതാനും ബന്ധുക്കളും അവരെ ശ്രദ്ധിച്ചുകൊണ്ടേയിരുന്നു. ഒരു വിളിപ്പാട് അകലെ അവർ ശാന്തേട്ടത്തിയുടെ ഏത് ആഗ്രഹവും സാധിച്ചുകൊടുക്കാൻ സദാ കാത്തുനിന്നിരുന്നു.

●